सकाळ प्रकाशन

आपली आपली बेटं

माधवी सुदर्शन

लेखिका, अध्यापिका व समुपदेशक

मूळच्या मुंबईकर असलेल्या माधवी सुदर्शन १९९८पासून अमेरिकेतील कॅलिफोर्निया येथे स्थायिक आहेत. मानसशास्त्रात पदव्युत्तर शिक्षण घेतल्यानंतर त्यांनी तेथील कम्युनिटी कॉलेजमध्ये 'अर्ली चाइल्डहूड एज्युकेशन' या विषयातील शिक्षक प्रशिक्षण कार्यक्रमाचे अध्यापन करण्यास सुरूवात केली.

लिहिणं हा त्यांच्या अनेक छंदांपैकी एक आवडता छंद. वर्तमानपत्रात छोटे-छोटे लेख लिहून त्यांनी आपल्या लेखनप्रवासाचा शुभारंभ केला. त्यानंतरचे त्यांचे बरेचसे व्यवसायकेंद्री लिखाण लहान मुलांशी आणि विशेष मुलांशी कसे वागावे, त्यांना कसे शिकवावे, बालवाडीतील शिक्षकांच्या समस्या, इत्यादींवर आधारित होते. काही वर्षांपूर्वी त्या कथालेखनाकडे वळल्या आणि तिथेच रमल्याही! त्यांच्या पूर्ण झालेल्या काही सकस कथा या संग्रहात समाविष्ट आहेत.

आपली आपली बेटं

माधवी सुदर्शन

सकाळ प्रकाशन

सकाळ प्रकाशन

Aapli Aapli Bete

आपली आपली बेटं

९२१, डब्ल्यू लॅटिमेर एव्ह, कॅम्पबेल, कॅलिफोर्निया, यूएसए, ९५००८

सकाळ मीडिया प्रा. लि.,
५९५, बुधवार पेठ, पुणे - ४११ ००२
०२०-२४४० ५६७८/८८८८८ ४९०५०
www.sakalmediagroup.com
sakalpublications.com
sakalprakashan@esakal.com

प्रथम आवृत्ती : एप्रिल २०२१

ISBN : 978-93-89834-55-0

संपादन : ऐश्वर्या कुमठेकर

मुखपृष्ठ : संदीप देशपांडे

मांडणी : यशोधन लोवलेकर

माझे आईवडील
(सौ. आशा वाते आणि श्री. सुधाकर वाते)
यांना सस्नेह अर्पण

मनोगत

मी मानसशास्त्र आणि बालमानसशास्त्राची अभ्यासक. या दोन्हींच्या अभ्यासामुळे एक गोष्ट मला प्रकर्षानं जाणवली आहे. जर आपल्याला मुलांचं मानसशास्त्र समजलं, तर आपल्याला कुठल्याही वयाचा मनुष्यप्राणी सहज कळतो. वय वाढलं म्हणजे प्रगल्भता येतेच असं नाही. प्रत्येकाच्या मनात एक लहान मूल दडलेलं असतं, संधी मिळताच बाहेर डोकावणारं, कधी निरागस तर कधी हटवादी.

माणसांचं निरीक्षण करणं हे माझं प्रोफेशनच नाही, तर माझा छंदही आहे. व्यक्ती तितक्या प्रकृती आणि व्यक्ती तितक्या गोष्टी! सर्वसामान्य आयुष्यातही गोष्टी घडतात. काही गोष्टी आयुष्य बदलणाऱ्या तर काही गोष्टी आयुष्यात रंग भरणाऱ्या. त्यांच्या बातम्या होत नाहीत; पण त्या ज्यांच्या आयुष्यात घडतात, त्यांच्यासाठी त्यांचं महत्त्व तितकंच असतं.

माझ्या गोष्टी अशाच माझ्या आणि माझ्या जवळच्यांच्या वैयक्तिक आणि व्यावसायिक अनुभवांतून फुलल्या. आजकालची जीवनशैली नवीन समस्या घेऊन येते. जुनं ते सोनं आणि नवीन ते वाईट असं बिलकूल नाही. बदलणाऱ्या समाजामुळे वेगळे अनुभव येतात आणि त्यांना सामोरं जाताना आपल्याला काही नवीन साक्षात्कार होतात. गोष्टींचं आकलन होतं, त्यांच्याकडे बघण्याचा आपला दृष्टिकोन बदलतो. यामुळे दोन संस्कृतींमधली दरी कमी होते. नाती किंवा मनं जुळण्यासाठी तुम्ही एकाच संस्कृतीतून येण्याची गरज नसते, तुम्हला फक्त वेगळ्या दृष्टीने बघता आलं पाहिजे. तसंही, आता इंटरनेमुळे जग जितकं बदललंय, तितकंच जवळही आलंय.

मी गेली तेवीस वर्षं अमेरिकेत सिलिकॉन व्हॅलीत राहतेय आणि इथं काम करतेय. एक गोष्ट मी अगदी खात्रीपूर्वक सांगू शकते, की देश बदलला तरी माणसं तशीच असतात, त्यांच्या समस्याही तशाच असतात आणि त्यांना होणाऱ्या जाणिवाही तशाच असतात.

माझ्या गोष्टींमधून मी अशाच वेगवेगळ्या, पण सर्वसामान्य अनुभवांची मांडणी करण्याचा प्रयत्न केलाय. या गोष्टी तुम्हाला भावतील, कारण हे अनुभव तुम्हीही कुठेतरी, कधीतरी घेतले असतील.

माझ्या पहिल्या वाचकाचे, म्हणजे माझ्या आईचे आणि तिच्यापर्यंत माझ्या गोष्टी पोहोचवणाऱ्या माझ्या बाबांचे आभार. मराठी न कळूनही मला वेगवेगळ्या कल्पना सुचवणारा माझा नवरा, नवीन पिढीला काय वाटतं हे सांगणारी माझी मुलगी, माझ्या गोष्टी लिहून झाल्या की त्या वाचून मला प्रतिसाद देणाऱ्या माझ्या मैत्रिणी, माझी भावंडं, माझ्या मावश्या आणि काकू या सर्वांचेही आभार. सकाळ प्रकाशनानं माझं पुस्तक छापण्यासाठी स्वीकारलं म्हणून त्यांचे आणि संपादिका ऐश्वर्या कुमठेकर यांच्या सकारात्मक प्रोत्साहनासाठी त्यांचेही आभार मानते.

माधवी सुदर्शन

अनुक्रमणिका

उकडलेला बेडूक

माणसं बदलतात किंवा त्यांना बदलवलं जातं. आपण मनापासून बदललो तर ठीक, पण बदललेले आपण आपल्यालाच आवडलो नाही तर? मऊ लागलं म्हणून कोपरानं खणणारी माणसं कमी नसतात. पण ही माणसं आपलीच असली तर? अशा काहीशा मन:स्थितीत काकी सापडल्या होत्या; पण त्यांना यातून बाहेर पडता येईल, की त्यांचा उकडलेला बेडूक होईल? उकडलेला बेडूक म्हणजे...?

बेल वाजली आणि काकी ओरडल्या, ''पटापट भांडी लपवा. बाहेर स्मिता आहे.'' नरेनने आणि सुनीताने चमच्यातले पोहे तसेच बशीत टाकून, बशा खुर्चीखाली सरकवल्या.

नरेनने बाजूचा पेपर हातात उलटा धरून वाचन चालू केले.

'या घरात सुखाने खाताही येत नाही.'

नरेनने उलट धरलेला पेपर सरळ करीत सुनीता पुटपुटली.

काकींनी दार उघडलं तर बाहेर स्मिता नाईटगाऊनमध्ये, दोन्ही हात कमरेवर ठेऊन उभी. तो चुरगळलेला गाऊन, ते तारवटलेले डोळे; उठल्यावर चेहरा तरी धुतला होता की नाही कोण जाणे.

''दार उघडायला इतका वेळ का लागला? आज ब्रेकफास्टला उपमा करायचाय. केला नाहीस ना तू?'' काकींना जवळजवळ ढकलूनच स्मिता आत आली.

नरेन आणि सुनीता आपल्याच घरात चोरासारखे बसले होते.

"काय खायला केलं आहेस? मला पोह्यांचा वास येतोय," कुत्र्याप्रमाणे हुंगत हुंगत स्मिता आत आली.

"कुठे काय? मी काही नाही केलंय. रात्रीच्या जेवणाचा वास येत असेल तुला," काकींचा आवाज थरथरत होता. स्मिताचा आपल्या नाकावर पूर्ण विश्वास होता, त्यामुळे त्यांच्याकडे दुर्लक्ष करून ती आत गेली.

"कढई कुठे आहे?"

"कालच्या भांड्यात असेल."

"काल कधी वापरली होती?"

"अगं, वरण नव्हतं का केलं त्यात?"

"आई, खोटं बोलू नकोस. मी काही तुझ्यासारखी म्हातारी नाही हो. मला सगळं आठवतंय. खरं सांग, ब्रेकफास्टला पोहे केले आहेस नं?"

'स्मिता, हे माझं घर आहे. तू विचारणारी कोण?' काकींच्या डोक्यातले संवाद मूकच, त्यांची ओठावर येण्याची काय प्राज्ञा!

"का केलेस तू पोहे? मी सांगितलं होतं नं, की मी ब्रेकफास्ट करेन म्हणून. मग का केलेस तू?"

एव्हाना हुंगत हुंगत स्मिता, सुनीता आणि नरेन जिथे बसले होते तिथे आली. खुर्चीच्या खालच्या दोन बशा तिने काढल्या.

"पोहे खाता? तुमची हिंमत कशी झाली? जरा वाट बघता येत नाही का? मी येत होते नं, ब्रेकफास्ट बनवायला? चांगलं आयतं मिळतंय तर खुपतंय!"

कुणी काही बोलणार तितक्यात तिने त्या दोन्ही बशा दाणकन खाली फेकल्या. पोहे आणि काचा सगळीकडे विखुरल्या.

सुनीता हादरलीच आणि नरेनने चटकन कानावर हात धरले.

"असं वेड्यासारखं वागता. मग मी काय करणार?" तिच्या चेहऱ्यावर विकृत समाधान होतं.

"हे सगळं स्वच्छ करायची गरज नाही कुणाला. मी फोडल्या आहेत बशा, मीच उचलीन. आता जागेवरच बसा. नाहीतर काच लागली तर उगीचच मलाच दोष द्याल. कळलं?"

सुनीताला खरं तर तिला दोन द्यायची इच्छा होती; पण ती घरात अजूनही नवीन होती. ज्यांनी काहीतरी बोलायला पाहिजे, त्या काकी पुतळ्यासारख्या उभ्या होत्या. सुनीताला त्यांची चीडच आली.

स्मिता स्वयंपाकघरात गेली. काही घडलंच नाही, अशा प्रकारे दहा मिनिटांत तिने उपमा करून आणला.

नरेन आवरून निघतच होता. त्याच्यासमोर तिने बशी धरली, ''दादा, उपमा खा.''
''मला नकोय.''
''का नकोय? तुला खावाच लागेल. आजच्या मेनूवर उपमा होता, पोहे उद्या करीन.''
नरेनने तिच्या हातातून भसकन बशी घेतली. बकाबका उपमा खाऊन तो बाहेर पडला.
सुनीताला आणि काकींना समोर बसवून स्मिताने त्यांना उपमा गिळायला लावला. स्मिता नजर रोखून बसली होती, त्यामुळे खाववत नव्हता तरी त्यांनी तो शेवटच्या घासापर्यंत खाल्ला. स्मिता वरती जायला निघाली आणि जाताजाता तिने काकींना बजावलं, ''मी माझं आवरून मुलींना घेऊन खाली येईन साधारण आठपर्यंत. तुझं दुपारचं जेवण, आमचे सगळ्यांचे डबे करून मग ऑफिसला जाईन. आई, तू आराम कर आणि वहिनी, तू ऑफिसची तयारी कर. मी येतेच. कुणीही किचनमध्ये जायचं नाही.''

इतर कुठल्या परिस्थितीत आपल्यासाठी कुणीतरी सगळं करतंय, आणि आपण आरामात बसून खातोय हे कुणालाही आवडलं असतं. पण स्मिताच्या राज्यात हे तुरुंगात राहिल्यासारखं होतं. मेनू तीच ठरवणार, खरेदी तीच करणार, जेवण तीच बनवणार, आणि कहर म्हणजे कुणी, किती आणि कधी खायचं हेसुद्धा तीच ठरवणार.

आजचंच बघा नं! सगळ्यांना उठून एक तास झालेला, भुका लागलेल्या, तरी स्मिताचा काही पत्ता नव्हता. मग काकींनी पोहे केले तर यात काय चुकलं? पण स्मिताच्या दहशदवादी राज्यात असले प्रश्न विचारले जात नसत. असं नाही की ती जेवण चांगले करत नव्हती; पण तिच्या वटारलेल्या डोळ्यांसमोर कुणाच्या घशात चार घास सुखाने जाणं अशक्यच होतं, मग चव कसली लागतेय!

सुनीता तयार होऊन ऑफिसला जायला निघाली, पण स्मिता आली नव्हती.

''सुनीता, जरा थांब ना. स्मिता येईलच आता. तू डबाही नाही घेतलास,'' काकींनी घाबरतच विचारलं. त्यांची अवस्था 'इकडे आड आणि तिकडे विहीर' अशी झाली होती. स्मिताची बाजू सुनीताच्या समोर घ्यायची, म्हणजे आपल्याच हातानं आपल्याच पायावर धोंडा मारून घेतल्यासारखं होतं. पण सुनीताला डबा ना घेता जाऊ दिलं, तर स्मिता काय थयथयाट करेल याची त्यांना भीती होती.

''आई, माझी ट्रेन चुकेल आणि मला उशीर होईल. मी बाहेरच खाईन.'' सुनीताला खरंच स्मिताचा आणि पर्यायाने काकींचा प्रचंड राग आला होता; पण काकी काही करू शकत नाहीत याची कल्पना तिला इतक्या दिवसांत आली होती. त्यामुळे ती आपल्या रागावर कंट्रोल ठेवत म्हणाली.

''अगं, पण ...''

"सॉरी, आई." काकी काही बोलायच्या आणि सुनीताच्या रागाचा विस्फोट होण्याच्या आतच ती पटकन बाहेर पडली. तिला काकींची दया आली, पण काय करणार, आपल्याच कर्माची फळे भोगतायत त्या. इतकं लाडावलं नसतं स्मिताला, तर ही वेळ आली नसती.

बिल्डिंगमधून बाहेर पडून वळणावरून वळेपर्यंत सुनीताच्या मनात धाकधूक होती. वरून स्मिताने बघितलं आणि हाक मारली, तर उगीचच तमाशा व्हायचा.

बिल्डिंग दिसेनाशी झाल्यावर कुठे तिच्या हृदयाची धडधड पूर्ववत झाली.

पाचदहा मिनिटांत धाडकन दार उघडून स्मिता आत आली ती ओरडतच.

"वहिनी, वहिनी! पुढची ट्रेन घे. मी तुला दहा मिनिटांत डबा करून देते."

ब्रेकफास्टनंतर स्मिता जेवण करायला येईपर्यंत काकींना दाराला कडी लावायची परवानगी नव्हती. त्यामागे स्मिताची भूमिका अशी की, उगीचच मी बेल मारायची आणि आईने उठायचे कशाला. स्मिताकडे घराची किल्ली होती; पण तरी तिने हा फतवा काढला होता. स्मिता लहानपणापासूनच हेकेखोर होती. तिच्या डोक्यात कधी काय येईल आणि तिची त्यावर काय प्रतिक्रिया असेल हे तिच्याशिवाय दुसऱ्या कुणालाच ठाऊक नव्हते. दाराला कडी न लावल्याने काकींना तिथे बसून राहावे लागायचे; कुणी घरात शिरेल या भीतीने. जेव्हा हे काकींनी तिला बोलून दाखवलं, तेव्हा तिने काकींना सरळ सांगितलं, "तुला घरात काय काम असतं? मग दहा मिनिटं इथे बसावं लागलं तर काय प्रॉब्लेम आहे? मला दहा कामं असतात. त्यामुळे दार उघडं असेल, तर माझा वेळ वाचतो." एकदा काकींना बाथरूममध्ये जायचं होतं म्हणून त्यांनी दाराला कडी लावली. अर्थात, त्याच वेळी स्मिता आली आणि तिला दोन मिनिटं बाहेर उभं राहावं लागल्याने तिचं डोकं फिरलं. काकींनी दार उघडल्यावर तिने इतकी फेकाफेक केली, की त्यानंतर काकींनी कानाला खडा लावला की दाराला कडी लावायची नाही.

"अगं, सुनीता गेली दहा मिनिटांपूर्वी. तिची ट्रेन गेली असती, आणि तिला उशीर झाला असता म्हणून ती गेली. डबाही नाही नेला."

स्मिताची प्रतिक्रिया काय असेल हे माहीत नसल्याने काकींनी श्वास रोखून धरला. कधी नव्हे ते स्मिता अत्यंत मवाळपणे म्हणाली, "हो? अगं, दोघींचं आवरताना जरा उशीरच झाला. पण थांबली असती, तर डबा दिला असता तिला."

मग स्मिताने मोर्चा मुलींकडे वळवला आणि ती त्यांच्यावर बरसली.

"तरी सांगत होते लवकर आवरा म्हणून. मामी डबा न घेताच गेली. तिला आता बाहेर खावं लागेल. तुम्ही दोघी चुपचाप इथे बसा आणि होमवर्क पूर्ण करा. माझा स्वयंपाक होईपर्यंत तुमचा अभ्यास झाला पाहिजे, नाहीतर गाठ माझ्याशी आहे. आजीला त्रास द्यायचा नाही."

मग काकीच्या हाताला धरून तिने त्याना एका जागी बसवलं. काकी चांगल्या धडधाकट होत्या; पण स्मिता त्यांना त्या अपंग असल्याप्रमाणे वागवे.

''आई, तू आता आराम कर. मी बघते सगळं.''

'तू इथे असताना आराम कसला, माझे तर भीतीने प्राण कंठाशी येतात,' काकी नेहमीप्रमाणे मनातल्या मनात पुटपुटल्या.

''काही म्हटलंस का?'' स्मिता.

''नाही गं, तू सुरू कर. तुला उशीर होईल नं?'' काकी.

मुलींना दटावून आणि आईला बजावून स्मिता स्वयंपाकाला लागली.

स्वयंपाक झाल्यावर तिने काकींना काय केलंय, ते कसं, किती आणि केव्हा खायचं, मुलींना काय द्यायचं याच्या सूचना दिल्या. मुलींवर परत एकदा 'अभ्यास करा' म्हणून दरडावून स्मिता बाहेर पडली. काकी इतका वेळ एका जागी अवघडून बसल्या होत्या. स्मिता घराबाहेर पडताच काकींनी नि:श्वास टाकला. आता निदान चहा करून घेण्याचं, आणि तो पिण्याचं तरी स्वातंत्र्य होतं.

इकडे स्मिताचा पाय गेटबाहेर पडला आणि तिकडे मुलींनी लगेच पुस्तकं बॅगेत भरली, आणि टीव्ही लावला.

''अगं, अभ्यास करायचा आहे ना तुम्हाला? मग टीव्ही काय बघताय?''

''आजी, आता गेली ना ममा एकदाची, मग तू डोकं पिकवू नको तिच्यासारखं,'' सोनी नाक उडवत म्हणाली.

''तूसुद्धा कर ना तुला काय करायचंय ते. एन्जॉय कर ती घरात नाही तोपर्यंत. नाहीतरी ती तुझ्यावरही सारखी ओरडतच असते,'' असं म्हणून राणी फिदिफिदि हसली.

स्मिता समोर बोलण्याची हिंमत नसल्याने दोघी अगदी आदर्श मुलींसारख्या वागायच्या आणि तिची पाठ फिरली की त्यांचं रूपांतर व्हायचं खुद्द स्मितात.

'काय भाषा आहे? वाटेल कुणाला की या दोघी प्राथमिक शाळेत जातात म्हणून? जाऊ दे, सांगणार कुणाला? आणि काय चुकीचं बोलल्या त्या? रोज जे बघतात, तेच तर म्हणाल्या.'

काकी गप्प बसल्या. तसंही आजकाल गप्प बसण्याशिवाय काकींना काही येतच नव्हतं. बसल्याबसल्या त्यांना एकदम थकल्यासारखं वाटलं. कधी डोळा लागला ते कळलंच नाही.

गॅसवर एका मोठ्या भांड्यात पाणी उकळत होतं आणि त्यात एक बेडूक पोहत होता; म्हणजे खरं तर उकडला जात होता. शरीर बेडकाचं पण डोकं मात्र काकींचं होतं. अंगाची आग होत होती, पण बाहेर पडता येत नव्हतं. काकी/बेडूक, बेडूक/काकी आचके द्यायला लागल्या.

"आजी, आजी, काय होतंय तुला? ऊठ ना," एका बाजूने राणी, तर दुसऱ्या बाजूने सोनी त्यांना हलवत होती.

काकी दचकून जाग्या झाल्या. त्यांचं डोकं घामाने चिंब भिजलं होतं. घाम पुसता पुसता त्या लटपटत उठल्या. कॉलेजमध्ये वाचलेल्या boiling frog syndromeबद्दल, म्हणजेच उकडलेल्या बेडकाबद्दल इतक्या वर्षांनी असं अचानक कसं आठवलं याचं त्यांना नवल वाटलं. 'कदाचित माझी अवस्था त्या बेडकासारखी झालीय म्हणून असेल कदाचित.[१] स्वतःच्याच घरात चोरासारखी वावरतेय मी. हे सगळं स्मिताने इतकं हळूहळू केलं, की लक्षातच आलं नाही, माझा माझ्या आयुष्यावरचा कंट्रोल कधी गेला तो.' काकूंनी विचार केला.

लग्नानंतर दोनतीन वर्षं स्मिता तिच्या संसारात रमली होती. नवीन लग्न, नवीन नवरा आणि नवीन नोकरी, सगळंच नवीन असल्याने तिला डोकं वर काढायला फुरसत नव्हती. मग एका पाठोपाठ एक अशा दोन मुली झाल्या. काका-काकी निवृत्त आणि घरातच असल्याने नातींची जबाबदारी त्यांच्यावरच पडली आणि तिचं इथे येणंजाणं वाढलं. काकी मुलींचं बघायच्या आणि स्मिता काकींना मदत करायची. नरेन तेव्हा कामानिमित्त सतत फिरतीवर असायचा. त्यामुळे बहीण आईवडिलांची काळजी घेतेय या विचाराने तोही निर्धास्त होता.

---

१ *उकडलेला बेडूक ही गोष्ट एक रूपक म्हणून वापरली जाते. बेडकाला उकळत्या पाण्यात अचानक टाकलं, तर तो बाहेर उडी मारतो. पण तेच पाणी जर हळूहळू गरम केलं, तर पाणी उकळेपर्यंत बेडकाला कळत नाही. बेडूक अशक्त होतो आणि त्याच्यात बाहेर उडी मारण्याची शक्ती आणि इच्छा दोन्ही राहत नाही. शेवटी तो बेडूक उडी मारण्याऐवजी उकळून मरतो. याचा मथितार्थ असा, की एखाद्या वाईट परिस्थितीची सवय हळूहळू झाली, तर त्यातून बाहेर पडण्याची शक्यता आहे हेही माणूस विसरून जातो आणि मग तसाच राहतो. याला learned helplessness असंही म्हणतात. पण परिस्थिती जर अचानक वाईट झाली, तर माणूस त्यातून बाहेर पडण्याची धडपड करतो.*

मग काका आजारी पडले, तेव्हा ती रोज डबा करून आणायला लागली. जसजशी काकांची तब्येत खालावली, तसतसा स्मिताचा मुक्काम तिथे वाढायला लागला. मग काका गेले. काकी आपल्या दुःखात चूर, त्यामुळे स्मिताने सगळीच सूत्रं कधी आपल्या हातात घेतली हे त्यांना कळलंच नाही.

लगेचच स्मिताचा नवरा हरीही दुबईला गेला. स्मिताला जॉब सोडून त्याच्याबरोबर जायचं नव्हतं. हरीनेही फारसा आग्रह केला नाही त्याच्याबरोबर तिने यावं म्हणून. त्या वेळी काकींना थोडे आश्चर्य वाटलं, पण आता लक्षात येतंय की कदाचित हरीलाही स्मिताबद्दल हाच प्रॉब्लेम असावा. त्याने कधी बोलून नाही दाखवलं; पण काकी स्मिताला ओळखून होत्या. हरी आणि स्मिताचं बोलणं त्यांनी कधी कधी ऐकलं होतं. त्यावरून घरात कुणाची सत्ता चालते याचा अंदाज त्यांनाही आला होता.

काकींच्या बिल्डिंगमध्ये एक जागा रिकामी झाली, तेव्हा हरीने ती जागाच विकत घेतली. तिला एकटं सोडायचं नाही आणि काकींना सोबत होईल या दुहेरी उद्देशानं. मग मुलींची जबाबदारी काकींनी घेतली, आणि घराची स्मिताने. आधी सगळं हसतखेळत व्हायचं. मग हळूहळू स्मिताने सगळ्याचाच कंट्रोल घेतला आणि तिची तानाशाही सुरू झाली. हट्टी स्मिताची हेकेखोर आणि आपलंच खरं करणारी स्मिता कधी झाली हे त्यांना कळलंच नाही.

नरेनचं लग्न झाल्यावरही परिस्थितीत फारसा फरक पडला नाही. स्मिताचं ऑफिस दहा मिनिटांच्या अंतरावर, त्यामुळे ती पावणेदहाला निघायची आणि सव्वा सहाला घरी यायची. सुनीताला मात्र जाण्यायेण्यासाठी एक ते दीड तास लागायचा. त्यामुळे स्मिताने सुनीताला लगेचच सांगून टाकलं, की दोन्ही वेळेचा स्वयंपाक तीच करेल. नवीनच लग्न झालं असल्याने आणि स्मिताबद्दल फारशी माहिती नसल्याने सुनीतानेही या अरेंजमेंटला आनंदाने संमती दिली होती. स्मिताचे खरे रंग कळले तोपर्यंत सुनीता यात पूर्णपणे फसली होती.

'स्मिताच्या विचित्र वागण्याबद्दल ती आत्तापर्यंत काही बोलली नव्हती; पण आजच्या बशांच्या प्रकरणानंतर सुनीता, आणि पर्यायाने नरेन हे काही या घरात राहतील असं वाटत नाही. माझी अवस्था त्या अर्धवट मेलेल्या बेडकासारखी झालीच आहे; पण सुनीता थोडीच उकळत्या पाण्यात राहणार आहे? ती उडी मारणारच. काहीतरी करायला हवं,' विचार करून करून काकींचं डोकं भणभणायला लागलं होतं.

लोकलमध्ये बसल्याबसल्या सुनीता विचार करत होती. नरेनशी लग्न ठरलं तेव्हा तिला किती छान वाटलं होतं. नरेन आणि काकी दोघंही मृदुभाषी. स्मिताही घराबाहेर जेव्हा जेव्हा तिला भेटली, तेव्हा अगदी जुन्या मैत्रिणीसारखी वाटली. जेव्हा

'स्वयंपाकाची काळजी करू नकोस' असं ती म्हणाली, तेव्हा सुनीताचा ताण एकदम कमी झाला होता. लग्नानंतर ऑफिस आणि घर यांतलं अंतर वाढणार असल्याने तिला घरची कामं कशी सांभाळायची याचंच टेन्शन आलं होतं.

पण लग्नानंतर मात्र स्मिताचा अतिरेक दिवसेंदिवस तिला वाढताना दिसला. तिनेच सामान खरेदी करायचं, तिनेच स्वयंपाक करायचा, सगळ्यांना खायला घालायचं, आणि आवरायचंसुद्धा. ही हॉटेलसारखी व्यवस्था, स्वातंत्र्य आणि प्रेम असतं, तर चाललं असतं. पण स्मिताचा हा अतिरेकी कंट्रोल! ती म्हणेल तेच सगळ्यांनी खायचं. ती आली नाही, तर स्वतःच्याच स्वयंपाकघरात जायचं नाही. हे सगळं अतिच होतंय.

स्मिताचा बशा फोडतानाचा विकृत चेहरा सुनीताच्या डोळ्यांसमोर सारखा सारखा येत होता. आता बस झालं नवीन सुनेसारखं गोड गोड वागणं. काहीतरी करायला हवं!

✠✠✠

बकाबका खाल्लेला उपमा आता वर वर येत होता. स्मिताचे वटारलेले डोळे नरेनच्या डोळ्यांसमोर गरागरा फिरत होते. त्याला कसं तरी व्हायला लागलं.

'सुनीताला काय वाटलं असेल? मी मोठा भाऊ असून इतका का घाबरतो स्मिताला? स्मितात आणि त्याच्यात जेमतेम तीन वर्षांचं अंतर; पण काकांना मुलगी झाल्याचं इतकं कौतुक होतं, की त्यांनी स्मिताला कधीच, कशालाही नाही म्हटलं नाही. लहानपणीसुद्धा दोघांत काहीही वादविवाद झाले, तरी नरेनलाच तडजोड करावी लागायची. स्मिताचा मूळ स्वभाव लहानपणापासून आक्रस्ताळी होता; पण अति लाडाने ती दिवसेंदिवस अतिरेकी झाली. लग्नानंतरही गोष्टी फारशा बदलल्या नाहीत; कारण हरीने नेहमीच पडतं घेतलं आणि आता तर तो मस्त लांब जाऊन बसला होता.

'स्मिताने दोन्ही घरांचा इतका कंट्रोल कसा काय घेतला? मी याआधी कधी लक्ष घातलं नाही; कारण स्मिताच्या वागण्याचा मला प्रत्यक्षपणे काही त्रास होत नव्हता. आता मात्र सुनीतासाठी काहीतरी करायला हवं. तिला गमावणं मला परवडणार नाही.'

✠✠✠

ऑफिसच्या दिशेने चालता चालता स्मिता विचार करत होती, 'मी या सगळ्यांसाठी इतकं करते; पण कुणाला त्याची किंमत आहे का? मी माझं घर आणि मुली तर सांभाळतेच, वर आईसाठीही करते. आजच बघा, सगळं आवरून इतक्या लवकर खाली आले, तर पोहे खात होते. मी उपमा करायचं म्हटलं तरी. आणि ती वहिनी तर डब्यासाठी थांबलीही नाही. आत्तापर्यंत कुणाची हिंमत झाली होती का मेनू

बदलायची किंवा माझ्या परोक्ष स्वयंपाकघरात जाण्याची. आज आईने पोहे कसे केले? नक्कीच दादा-वहिनीची फूस असणार तिला. या सगळ्यांना स्मिता कोण आहे हे कळलंच पाहिजे. चांगला धडा शिकवते आता.' स्मिताला आईची आणि वहिनीची, दोघींचीही वागणूक एकदम खुपली होती.

✠✠✠

''आई, मी...'' नरेनने वाक्य पूर्ण करण्याआधीच काकींनी त्याला थांबवलं.

''मीसुद्धा तोच विचार करतेय. आज सकाळी जे झालं ते व्हायला नको होतं. स्मिताचं वागणं हाताबाहेर जातंय. तिला बोट दिलं ही माझी चूक होती; पण आता मनगटच काय, ती तर मलाच पूर्ण गिळंकृत करायला निघाली आहे.

''तुला उकळत्या पाण्यातल्या बेडकाची गोष्ट माहीत आहे नं? आपल्या दोघांचं तसंच झालंय. काय होतंय याकडे आपण फारसं लक्ष दिलं नाही; पण आता तुझं लग्न झालंय. नरेन आणि सुनीता, हे तुमचं घर आहे आणि स्मितासुद्धा आपलीच आहे. त्यामुळे तिला न दुखावता तुम्हाला तुमचा अधिकार परत मिळवायचाय. स्मिताने ज्या हुशारीने हळूहळू आपल्या घरावर कंट्रोल केला, त्याच हुशारीने आपल्याला तो तिच्याकडून काढून घ्यायचाय. मी स्मिताला चांगलं ओळखते. मला थोडा वेळ द्या प्लॅन करायला. माझी खात्री आहे की आपण तिघे मिळून परिस्थिती पूर्ववत करू.'' काकींचा आत्मविश्वासाचा सूर ऐकून सुनीताला आणि नरेनला बरं वाटलं; पण काकी स्मिताला पुरून उरतीलच याची खात्री दोघांनाही नव्हती. रात्री झोपायच्या आधी काकींनी नरेनला आणि सुनीताला आपल्या प्लॅनची पहिली स्टेप सांगितली.

✠✠✠

दुसऱ्या दिवशी मंगळवार होता. काकींनी सकाळी सहा वाजता स्मिताला फोन केला, ''स्मिता, उठलीस का?''

''आत्ताच तुझ्या फोनने उठले. इतक्या सकाळी का फोन केलास?'' स्मिताचा आवाज झोपाळलेला.

''अगं, नरेनला साडेसहाला निघायचंय. रात्री उशिरा ऑफिसमधून फोन आला. तू येतेस ना खाली ब्रेकफास्ट करायला?''

''आत्ता?''

''हो. आत्ताच; नाहीतर मी किंवा सुनीता करतो. त्याला मीटिंगला जायचंय.''

''नाही, नाही. मी येते.''

पटकन ब्रश करून ती खाली आली ब्रेकफास्ट करायला; पण तिचा मूड अजिबात चांगला नव्हता. तिने काहीशा अनिच्छेनेच पोहे केले. पोहे खाऊन नरेन म्हणाला, की आज पोहे नेहमीसारखे झाले नाहीत. हा म्हणजे चक्क अपमानच. ती धुमसत असतानाच काकींनी दुसरा बॉम्बस्फोट केला.

"तुला उद्यापासून साडेपाचला उठावं लागणार बरं; कारण सोमवार, बुधवार आणि शुक्रवार नरेनला घरातून सहाला निघायचंय."

"आई, हे जरा अतिच होतंय."

"अति काय, स्मिता? त्याची नोकरी आहे, बिझनेस नाही. वेळा बदलल्या, तर त्याला त्या पाळाव्याच लागणार. तूही नोकरी करतेस. तुला माहीत आहे."

"पण आज का उठवलंस मला? आज तर मंगळवार आहे नं? माझ्या झोपेचं वाटोळं केलंस," स्मिता तक्रारीच्या सुरात म्हणाली.

"अगं, आजची मीटिंग खास होती. पण उद्यापासून त्याच्या वेळा ऑफिशिअली बदलल्या आहेत."

"आई, तुला माहितेय ना मला सकाळी उठायला आवडत नाही ते."

'अर्थात, माहीतेय. म्हणून तर आम्ही ही युक्ती लढवली,' काकी मनातल्या मनात पुटपुटल्या. पण उघडपणे मात्र म्हणाल्या, "माहीत आहे गं; पण याच्या ऑफिसच्या वेळा बदलल्या त्याला मी काय करू? एक उपाय आहे, पण तुला पटेल की नाही माहीत नाही. कारण तुला आमच्यासाठी ब्रेकफास्टपासून सगळंच करायचं असतं."

"तू सांग तर खरं."

सातच्या आधी दिवस कसा दिसतो याची स्मिताला फारशी कल्पना नव्हती. कारण शाळा सोडल्यावर सातच्या आधी ती कधी उठल्याचं काकींना तरी माहीत नव्हतं. तिच्या मुलींची शाळा पुढची तीन वर्षं तरी दुपारची होती. स्मिताचा मूड सकाळी सकाळी कावलेलाच असायचा. त्यामुळे सकाळी सातच्या आधी उठणं टाळण्यासाठी, स्मिताने काहीही केलं असतं.

"मला माहितेय तुला सकाळी उठायला आवडत नाही ते. ब्रेकफास्ट मी किंवा सुनीता करू."

"अगं, पण..." स्मिता काही बोलायला सुरुवात करणार त्याच्या आधीच काकींनी हाताचा इशारा करून तिला थांबवलं. आपला आवाज मुद्दाम हळू करत त्या म्हणाल्या, "सुनीताने नको का जबाबदारी घ्यायला? आता लग्नाला दोन महिने होत आले, पण काही करते का घरात? तू बघ, लग्न झाल्याझाल्या सगळं करायला लागली होतीस. ही तर तू केलेलं सगळं नुसतं आयतं बसून खाते. हिला काही करता येतं की नाही, हेही मला माहीत नाही. आता तुला आवडत नसताना सकाळी उठावं लागणार. परत मुलींना झोपलेलं ठेवून तुला खाली यावं लागणार. त्यापेक्षा ब्रेकफास्ट आम्ही करतो. तू बाकी सगळं बघ."

"नाही, नाही. तुम्ही स्वयंपाक घरात बिलकुल जायचं नाही. तू काळजी नको करून मी करते मॅनेज," स्मिताने उसन्या उत्साहाने म्हणाली. इतकी सहजासहजी हार मानेल तर ती स्मिता कसली.

''बरं, तुझी मर्जी. मग उद्या ५:१५चा अलार्म लाव. आणि आता परत खाली येतेयस ना डबा करायला? सुनीताला जायचंय ऑफिसला.''

''हो येते की. वहिनी, जाऊ नकोस डबा घेतल्याशिवाय,'' वहिनीला बजावून स्मिता वर गेली.

स्मिताने नवीन रुटीनला इतक्या सहज होकार दिल्याने सुनीता खट्टू झाली. म्हणजे हा बाण वाया गेला तर.

पण काकींना स्मिताचा स्वभाव बरोबर माहीत होता, आणि तसंच झालं.

स्मिता बुधवारी वेळेवर उठली, पण उपम्यात जास्त मीठ पडलं, म्हणून नरेनने तक्रार केली, जे तिला अर्थातच आवडलं नाही.

शुक्रवारी स्मिताला उठवायला काकींना दोन वेळा फोन करावा लागला. शेवटी स्मिता जेव्हा खाली आली, तेव्हा नरेन उशीर होतोय म्हणून घाई करायला लागला. स्मिता भडकली आणि तिने नरेनवर तोफ डागली. कधी नव्हे ते नरेनही दोन शब्द बोलला. झालं, स्मिताचं डोकं पूर्ण फिरलं आणि ती पाय आपटत वर निघून गेली. काकींना लक्षात आलं की बुरूज ढासळतोय.

स्मिताचा राग दोन दिवस टिकला, त्यामुळे ती खाली फिरकलीच नाही. काकींचे दोन दिवस अगदी शांततेत गेले. त्यांनी आनंदानं स्वयंपाक करून सर्वांना खाऊ घातलं. सुनीतालासुद्धा लग्नानंतर स्वत:च्या घरात पहिल्यांदाच इतकं मोकळं वाटलं.

रविवारी जेव्हा स्मिता खाली आली, तेव्हा एक मिनिट काकींना टेन्शन आलं. पण तिचा सूर निराळा होता. काकींनी केलेला ब्रेकफास्ट सगळे जण खात होते, पण स्मिताने त्याबद्दल काहीही प्रतिक्रिया दिली नाही. उलट काकींना एका बाजूला घेऊन तिने आपण काही नवीन कल्पना देतोय अशा अविर्भावात विचारलं, ''आई, मी काय म्हणते. ब्रेकफास्ट तू किंवा वहिनी का नाही करत? मी वहिनीच्या हातचं काहीच खाल्लं नाहीये. मीच जर सगळं करत राहिले, तर ती कधी शिकणार? तुझ्या हातचं पण किती दिवसात खाल्लं नाहीये. मलाही चेंज होईल, आणि तुला मला रोज फोन करून उठवायला नको.''

''नक्की करू? मला चालेल. मलाही थोडे हातपाय हलवले पाहिजेत की. तू अगदी लाडावून ठेवलंयस हो आम्हाला. पण दोन्ही वेळचं जेवण तूच कर बरं, सुनीताला जमेल असं वाटत नाही. ब्रेकफास्टला काय करायचं ते तू ठरवणार, की मी ठरवू?''

''तूच ठरव. मी जेवणाचा मेन्यु बघते.''

प्रयत्नपूर्वक काकींनी चेहरा गंभीर ठेवला. मात्र स्मिताचा पाय घराबाहेर पडताच 'हुर्रे' म्हणून त्यांनी चक्क दोन गिरक्या घेतल्या.

आता प्रॉब्लेम एकच होता. नाटक चालू ठेवायचं, तर नरेनला निदान सोमवार, बुधवार आणि शुक्रवार तरी ऑफिसमध्ये लवकर जावं लागणार होतं.

पण दोनतीन दिवसांतच त्याच्या लक्षात आलं, की लवकर निघाल्याने काहीच ट्रॅफिक नव्हतं. त्यामुळे तो ऑफिसला पंधरा मिनिटांत पोहोचत होता. ऑफिसमध्ये कुणी नसल्याने कामही चांगलं होत होतं. त्यामुळे ही अरेंजमेंट त्याच्या पथ्यावरच पडली आणि त्याने ऑफिसला रोजच लवकर जायला सुरुवात केली.

साधारण महिना गेला आणि सगळे नव्या रूटीनमध्ये सेटल झाले. काकींनी आधीच सांगितलं होतं, की घाई करायची नाही. नाहीतर स्मिताला संशय येईल आणि आपला प्लॅन फ्लॉप होईल. पाणी हळूहळू गरम करायचं, बेडकाच्या गोष्टीसारखं.

ब्रेकफास्ट मनासारखा व्हायला लागल्याने सुनीता खूश झाली. तिलाही लवकर निघावं लागत असल्याने, ती तिचा डबासुद्धा त्याच वेळी करून टाकत होती.

आता ती घरात असताना तिला स्मिताची ढवळाढवळ पाहावी लागत नव्हती. स्मिताचा सकाळचा आणि रात्रीचा स्वयंपाक सुनीता घरी यायच्या आधीच झालेला असायचा. या श्रमविभागणीचे फायदे स्मिताच्याही लक्षात यायला लागले. आता तिला सात साडेसातला उठलं तरी चालत होतं. खाली आलं की काकींच्या किंवा सुनीताच्या हातचा आयता ब्रेकफास्ट मिळायचा. अर्थात अजूनही जेवणाचा पूर्ण कंट्रोल स्मिताच्याच हातात होता, पण आयतीच संधी चालून आल्याने तो विशेष काही न करता अचानकच सुटला.

✠✠✠

''स्मिता, अगं, काल आईंच्या टेस्ट्स केल्या आणि त्यांचे सगळे रिपोर्ट्स आले. त्यात थोडे प्रॉब्लेम्स आहेत. अजून डायबेटिस नाही, पण शुगर बॉर्डरवर आहे. कोलेस्टेरॉल वाढलं आहे म्हणून काळजी घ्यायला सांगितलीय. आईंना आता बरंच पथ्य पाळावं लागणार,'' सुनीता म्हणाली.

''अशा कशा मला न सांगता टेस्ट्स केल्या? रिपोर्ट्स दाखव आधी.''

''अगं, काल सकाळी मी डॉक्टरकडे रूटीन चेकअपसाठी गेले, तर त्यांनी सगळ्याच टेस्ट्स करून टाकल्या. हे बघ रिपोर्ट्स. आता वय वाढलं, की हे सगळं होणारच. डाएटची काळजी घ्यायची फक्त,'' काकी म्हणाल्या.

''म्हणजे?''

''खास काही नाही; होल ग्रेन्स, खूप भाज्या, कमी तेल, कमी तिखट, कमी मीठ आणि मुख्य म्हणजे साखर, पांढरा भात नाही,'' काकी म्हणाल्या.

काकींची यादी ऐकूनच तिच्या अंगावर शहरा आला. तिला चमचमीत खाण्याची सवय होती. एखाद्या दिवशी बदल म्हणून सॅलेड किंवा सूप ठीक होतं, पण रोज हे असलं खाणं म्हणजे उपासमार.

"नरेन आणि मीसुद्धा तेच डाएट करायचं ठरवलंय. तब्येतीला चांगलं. अगं, तुझं मेटाबॉलिझम उत्तम असल्यानं तुला हे सगळं खाऊनही स्वत:ला मेंटेन करता येतं. पण नरेनचं थोडं पोट दिसायला लागलंय. आत्ताच कंट्रोल नाही केला, तर नगारा व्हायला वेळ नाही लागणार. माझंही काही वेगळं नाही. लग्नानंतर ५ किलो वजन वाढलंय दोन महिन्यांत," सुनीता.

"OMG! मला नाही तसलं मिळमिळीत जेवण आवडत, आणि भाताशिवाय जगणं हे तर अशक्यच. मुलींनाही नाही चालणार. म्हणजे मला दोन वेगळे स्वयंपाक करावे लागणार. हे सगळं मी कसं करू? आणि हे सगळे होल ग्रेन्स आणू कुठून?"

"जमेल गं तुला. आपल्याकडे चार शेगड्या आहेत आणि तू एकदम एफिशियंट आहेस. तुझा आणि मुलींचा एक स्वयंपाक, आणि आमच्या सगळ्यांचा दुसरा स्वयंपाक. आता तुला थोडं प्लॅनिंग करावं लागेल, पण सवयीनं जमेल. सामानाची चिंता करू नकोस. माझ्या ऑफिसच्या जवळ मोठं दुकान आहे, तिथे हे सगळं मिळतं. मी आणून देईन की तुला," सुनीता मोठ्या उत्साहाने म्हणाली. जितका उत्साह सुनीता दाखवत होती, तितकाच स्मिताच्या चेहऱ्यावर अंधकार पसरत होता.

स्मिताची रात्र खूप लांब होती. झोप लागली, की जाड्याभरड्या, कोंड्यासारख्या लागणाऱ्या, होल ग्रेन्सच्या, तुपाशिवायच्या पोळ्या आणि उकडलेल्या भाज्या स्वप्नात दिसून ती सारखी दचकून उठत होती.

सकाळी आरशात बघून ती दचकलीच, डोळ्याखाली काळी वर्तुळं? विचारांनीच अशी परिस्थिती तर प्रत्यक्षात काय होईल?

खाली आली, तेव्हा ती बाहेर पडणाऱ्या सुनीतावर जवळजवळ आपटलीच.

"अगं स्मिता! अशी काय दिसतेयस? बरी आहेस नं? डोळे बघ किती लाल झालेत," सुनीताने खरंच काळजीनं विचारलं.

"काही नाही गं. झोप नाही झाली. बरं, नवीन स्वयंपाक कधीपासून करायचा?"

"जितक्या लवकर सुरू करता येईल तितकं चांगलं. मी आज सगळं सामान आणीन. आज तुला जसा स्वयंपाक करायचा असेल, तसा कर. उद्यापासून मात्र पथ्याचा स्वयंपाक करावा लागेल."

स्वयंपाकघराकडे वळलेले स्मिताचे पाय अगदी जड झाले होते. काकींना खात्री होती की आता विकेट कायमची पडणार.

संध्याकाळी सुनीता ढीगभर सामान घेऊन आली. तिने सगळं सामान स्मिताच्या हाती सुपूर्द केलं. स्मिताला त्या सामानाचं ओझं होतं त्यापेक्षा जास्तच वाटलं.

हेल्दी खाणं आणि करणं ही सुनीताची स्पेशालिटी होती. त्यामुळे तिला बऱ्याच रेसिपीज येत होत्या. त्यातल्या काही तिने स्मिताला दिल्या.

"स्मिता, या काही रेसिपीज आहेत. काय जेवण करायचं याचा तुला सुरुवातीला विचार नाही करावा लागणार. नेटवर खूप चॉईस आहेत. तू नंतर बघशीलच. आणि खूप खूप थँक्स! किती करतेस तू आमच्यासाठी, आणि तेही तुझं घर, ऑफिस सांभाळून. हॅट्स ऑफ टू यू! खरं तर हे सगळं मी करायला पाहिजे. पण मला नाही वाटत की मला कधी तुझ्यासारखं होता येईल. तू खरंच ग्रेट आहेस हं!" सुनीता मनापासून बोलत होती.

"त्यात काय इतकं! हेल्दी राहायचं तर हे सगळं करायलाच हवं," वरवर आनंद दाखवला, तरी स्मिताच्या आवाजात मात्र बिलकूल जीव नव्हता.

स्वयंपाक म्हणजे एखाद्या संगीतरचनेप्रमाणे असतो. वेगवेगळ्या स्टाइल्सप्रमाणे सूर जमावे लागतात. सगळ्यांना सगळं जमतंच असं नाही. जसं शास्त्रीय संगीत गाणाऱ्यांना कव्वाली जमेलच असं नाही. सुनीताला हेल्दी खाणं आवडायचं, त्यामुळे ते चवदार बनवणंही तिला सहज जमायचं. सॅलेड खाताना सुनीताला समाधान मिळायचं, तर स्मिताला सॅलेड बघूनच चक्कर यायची. स्मिताच्या हाताला चव होती, पण जेवणाची लज्जत वाढवण्यासाठी त्यात ती सढळ हाताने तेल, तिखट आणि मसाले घालत असे. आयुष्य एकदाच मिळतं, ते गाईंसारखं चारा खाऊन का घालवायचं, असं तिचं ठाम मत होतं. सुनीताने दिलेल्या रेसिपीज वाचून, आपण काहीतरी न कळणाऱ्या भाषेतलं लिखाण वाचतोय असं तिला वाटलं.

त्यामुळे स्मिताला दोन स्टेप्स कराव्या लागल्या. आधी रेसिपी समजून घेणं आणि मग पदार्थ तयार करणं. ती पहिल्याच दिवशी वेगवेगळे दोन स्वयंपाक करून इतकी थकली, की तिला जेवायचीही एनर्जी राहिली नाही. काकींना स्मिताची दया आली, पण काही दिवस तरी हे करावंच लागणार होतं. काट्यानेच काटा काढावा लागतो.

या वेळी स्मिताने फक्त दोन दिवस तग धरला. तिसऱ्या दिवशी सुनीताने तिला दुसरा मेन्यू दिला, तर ती चक्क रडायलाच लागली.

"मला हे नाही जमणार. आजपासून संध्याकाळचा स्वयंपाक आपण वेगवेगळा करू या. मी खूप थकलेय."

"अगं पण! सकाळच्या स्वयंपाकाचं काय?" काकींचं वाक्य पूर्ण होईपर्यंत स्मिता दार उघडून जिन्यापर्यंत पोहोचलीही होती. त्यानंतर स्मिता दोन दिवस खाली उतरलीच नाही.

आता काकी सगळ्यांसाठी सकाळचा ब्रेकफास्ट करतात. स्मिता आणि सुनीता आपापल्या घरी सकाळचे आणि रात्रीचे जेवण करतात. स्मिता मुलींना हवं ते करून खायला घालते, त्यामुळे त्या खूश. मनात असेल तर कधी कधी स्मिता एखादा पदार्थ करून आणते, आणि तो सगळेच एन्जॉय करतात.

खाण्यात केलेल्या बदलांमुळे महिन्याभरातच नरेनचं पोट सपाट, आणि काकींचे रिपोर्ट्स नॉर्मल झाले.

स्मिताने सुनीताच्या संसारात ढवळाढवळ बंद केल्याने आता मुलींकडे लक्ष द्यायला तिला वेळ मिळाला. आपल्या मुली वाटतात तितक्या साध्या नाही हे लक्षात आल्याने, तिने हळूहळू पाणी गरम करायला सुरुवात केली. आता बघू या, बेडूक होण्याची वेळ कुणावर आधी येते ते; सोनीवर की राणीवर?

✠✠✠

वर्तुळ

आजकाल खाणं बंद करणं किंवा खाण्याची इच्छा नसणं किंवा भूक मारून अस्वाभाविकरीत्या वजन कमी करणं अशा आजारांचं (eating disorders like Anorexia and Bulimia) प्रमाण किशोरवयीन मुलींमध्ये वाढलं आहे. बऱ्याचदा हे आजार मानसिक औदासिन्यातून (clinical depression) येतात. कधीकधी या मुली आत्मपीडनाचाही (self-harm) मार्ग स्वीकारतात. वयाने लहान असल्याने बऱ्याचदा या मुली गोंधळून जातात आणि याची परिणती आत्महत्येतही होऊ शकते. वर्तुळ ही अशाच एका मुलीची गोष्ट आहे. मानसिक औदासिन्यातून आत्मपीडनाचा मार्ग स्वीकारताना ती वाहवत गेली, आणि एक दिवस...

उजव्या हातातल्या त्या धारदार ब्लेडकडे निशानं बघितलं.
संपवून टाकू का सगळं? म्हणे मरायचं असेल, तर शिऱ्या उभ्या कापाव्या लागतात. आडव्या कापल्या तर जगण्याची शक्यता जास्त असते. पण मला खरंच मरायचंय?
हातातल्या ब्लेडवरून तिनं हलक्यानं बोट फिरवलं. कसं वाटेल शिरा कापल्यावर? किती वेदना होतील? रक्त वाहतच राहील की गोठेल? रक्त सांडून ही माझी रूम आणि सगळ्याच वस्तू खराब होतील. मला काही फरक नाही पडणार; पण ममा?

तिला किती त्रास होईल साफ करताना? बाथटबमध्ये बसू का? टब पाण्यानं भरते आणि आजूबाजूला कँडल्स लावते. रक्त सांडलं तरी पाण्यातच सांडेल. किती सुंदर दिसेन मी त्या लाल रंगाच्या पाण्यात? पण मृत्यू कधी सुंदर असतो? असला तरी कुणासाठी?

मी खरंच मरून जाईन, की कुणाला तरी सापडेन आणि ते मला हॉस्पिटलमध्ये घेऊन जातील? काय वाटत असेल आत्महत्या करणाऱ्यांना शुद्ध जाण्याआधी? भीती? आता मरू नये, जगावं अशी तडफड? की सगळ्यातून मुक्ती मिळाल्याचा आनंद? माझं ठीक आहे, पण घरच्यांचं काय? मॉम तर वेडी होईल दुःखानं. खरंच जे आत्महत्या करतात त्यांच्या घरच्यांचं काय होत असेल? कधीतरी त्यांची ग्रीव्हिंग प्रोसेस पूर्ण होत असेल? आत्ताच मला कायम कशावरून तरी अपराधी वाटत असतं, मग मेल्यावरही वाटत राहिलं तर? मरणानंतर सगळं संपतं असं म्हणतात, पण मरण कुणी बघितलंय? मी जर मध्येच कुठेतरी लटकत राहिले तर? 'ना घर का ना घाट का'. असं नको वाटायला, की मरणाआधीची परिस्थिती बरी होती. नाहीतर इथं लोक माझ्यासाठी रडतील आणि तिथं मी स्वतःसाठी रडेन. त्याही परिस्थितीत तिला हसू आलं, स्वतःची कीव केल्यासारखं.

म्हणजे मरणं हा उपाय नाही, कारण मरणानंतर सगळंच संपतं, चांगलंही, वाईटही, आणि सुधारण्याची संधीही.

विचारांत निशा चाकूवरून बोट फिरवत होती. बोटावर चाकूच्या रेघा उमटायला लागल्या. अजून बोट कापलं गेलं नव्हतं, पण सोलायला लागलं होतं.

काय होईल अजून बोट थोडं जोरात दाबलं तर?

'स्स्स्स.' बोटावर उभारलेल्या त्या लाल रेषेकडे ती नवलानं बघत राहिली. आधी रक्ताचे छोटेछोटे थेंब उभे राहिले, आणि मग एक मोठा थेंब तयार झाला. तिच्या बोटाच्या कडेनं तो थेंब खाली पडला. ऑफव्हाईट कार्पेटवर तो गडद लाल रंगाचा थेंब! किती सुंदर दिसत होता! तिला तो खूप आवडला. भारल्यासारखी ती त्याकडे बघत राहिली. मग तिनं चाकूवर दुसरं बोट टेकवलं.

दोन बोटं कापल्यावर अचानक तिला छान वाटायला लागलं, छातीवरचं ओझं उतरून मोकळं झाल्यासारखं. हे 'देजा वू'सारखं फीलिंग होतं. पूर्वी कधीतरी झालं होतं असं. ख्रिसबरोबर ब्रेकअप झाला, तेव्हा सुरू झालं का? छातीवरचं प्रचंड दडपण, जे आता ओळखीचं झालंय, पण त्या वेळी अनोळखी होतं.

नातं तिनं तोडलं होतं, आणि तिला त्याबद्दल प्रचंड अपराधी वाटत होतं. सफरचंद कापताना बोट चुकून कापलं, तेव्हा दुखलं. पण रक्ताचा ओघळ बघून तिला कुठेतरी स्वतःला शिक्षा मिळाल्याबद्दल बरंही वाटलं. अपराधीपणाची टोचणी

कमी झाली तात्पुरती तरी. तेव्हाच माझ्या मेंदूनं आत्मपीडन आणि मानसिक समाधान यांमधलं हे कनेक्शन जोडलं असेल का?

पण मग ख्रिस ड्रग्जच्या आहारी गेला, आणि ती स्वतःला कधीच माफ करू शकली नाही. खरं तर ख्रिसच्या ड्रग्जच्या प्रॉब्लेमसाठी ती निमित्त होती, पण कारण नव्हती. ख्रिस ड्रग्ज घेतो हा संशय होता म्हणून तर तिनं नातं तोडलं होतं. आधी ख्रिस लपूनछपून ड्रग्ज घ्यायचा, ब्रेकअपनंतर राजरोसपणे घ्यायला लागला. निशानं या सगळ्याचा दोष स्वतःवर घेतला आणि ती उदासीनतेचा भोवऱ्यात अजून अजून अडकत गेली. तिचे दिवस अंधारे आणि रात्री लांब व्हायला लागल्या. सतत छातीवर मणामणांचं ओझं. प्रत्येक गोष्ट करण्यासाठी खूप प्रयत्न लागायचा. ब्रश करणं, खाणं-पिणं, शाळेत जाणं, अभ्यास करणं या सगळ्यांसाठीच खूप एनर्जी लागायची. कित्येकदा सकाळी उठूच नये असं वाटायचं; पण बेडवर पडून राहिलं तर अपराधी वाटायचं. कधी रात्री झोपायला जायची प्रचंड भीती वाटायची. जागच नाही आली तर सकाळी? खावंसं वाटत नव्हतं, त्यामुळे ताटात कुणाच्या लक्षात येणार नाही अशा प्रकारे ती अन्न फिरवत राहायची. दोन महिन्यांत तिचं वजनसुद्धा कमी झालं. ढगळ कपडे घालून घरच्यांपासून हे सगळं लपवायचं म्हणून अजून सर्कस.

तिला एकच भीती, कुणाला कळलं तर काय म्हणतील? निशा इतकी बेजबाबदार कशी होऊ शकते. सुख खुपतंय का तिला? सगळं तर आहे. इतर मुलांकडे बघा; कॉलेजला जायचं म्हटलं, तर लोन घ्यावं लागतं, नोकरी करावी लागते. निशाला तोही प्रश्न नव्हता. पुढच्या वर्षी कॉलेजला जाण्यासाठी घरून सपोर्ट तर होताच, शिवाय तिला स्कॉलरशिपही होती. हवं ते आणून देणारे आईवडील होते. भावाबरोबर कुरबुरी होत्या, पण त्या कोणत्या घरात नसतात?

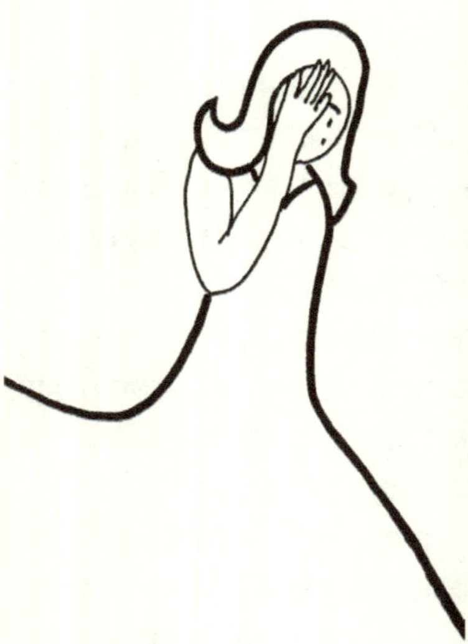

मग हे सततचं, छातीवर दगड ठेवल्यासारखं दुःख कुठून आलं? पण तिनं स्वतःला कितीही समजावलं, तरी हे डिप्रेशन कुठंच जात नव्हतं. उलट ती अधिकच खोल बुडत चालली होती. तिला कुणाशी बोलावं ते कळत नव्हतं आणि त्यासाठी एनर्जीही नव्हती. पण आता तिला मार्ग सापडला, आत्मपीडनाचा!...

दंडावर ब्लेडनं कापलं तर? मला दिसेल पाहिलं तर, पण बाहीच्या खाली झाकलंही जाईल. ब्लेड दंडावर फिरवलं, तर पटकन रक्त आलं. ती स्किन बोटासारखी जाडी थोडीच होती. हे तर अगदीच सोपं होतं. काय मस्त कल्पना आहे. तिला स्वत:चंच कौतुक वाटलं.

तिनं ब्लेड अजून दोनदा फिरवलं आणि डोळे मिटून घेतले. हातातून होणाऱ्या वेदनेमुळे तिच्या छातीवरचं ओझं उतरल्यासारखं वाटलं. मानसिक यातनांवरचा रामबाण उपाय म्हणजे शारीरिक यातना. ही संवेदना तिला कायमची हवी होती. मग हे चक्र असंच सुरू राहिलं. उजव्या हाताने डाव्या दंडावर कापायचं, आणि मन:शांती मिळवायची. पहिल्यांदा चिरा हलक्या होत्या. मग जसजसे दिवस गेले, तसतशा तिच्या संवेदना कमी व्हायला लागल्या. आणि तिनं तेच मानसिक समाधान मिळण्यासाठी खोलवर कापायला सुरुवात केली.

एक दिवस मात्र चूक झाली. ब्लेड बरंच खोल गेलं. रक्ताची जी धार लागली ती थांबेचना, आणि तितक्यात मॉम ऑफिसमधून अचानक, अवेळी घरी आली. निशाच्या हातातून येणारं रक्त आणि खाली पडलेलं ब्लेड बघून तिला प्रचंड धक्का बसला. ती वेळ प्रवचनाची नसल्यानं तिनं पटापट पावलं उचलली. आधी इमर्जन्सी कॉल, मग हॉस्पिटलची भेट. खरी गोष्ट आईवडिलांच्या लक्षात आल्यानं मग सायकिॲट्रिस्ट (मानसोपचारतज्ज्ञ), थेरपिस्ट, डॉक्टर या सगळ्यांचा गोतावळा जमा झाला.

हॉस्पिटलमध्ये असेपर्यंत सगळ्यांनी समजुतीनं घेतलं; पण घरी आल्यावर 'आमचं काय चुकलं म्हणून तू असं वागावं?' हा आईवडिलांचा मेलोड्रामा सुरू झाला. शेवटी सहा महिन्यांच्या इंटेन्सिव्ह ट्रीटमेंटनंतर गाडी रुळावर यायला लागली. निदान होतं क्लिनिकल डिप्रेशन. त्यामुळे औषधांनी आणि काउन्सिलिंगने (cognitive behavioral therapy) बऱ्याच गोष्टी कंट्रोलमध्ये आल्या. क्लिनिकल डिप्रेशन (वैद्यकीय उदासीनता) म्हणजे मानसिक आजार, कुठल्याही शारीरिक आजारासारखा, कुणालाही होऊ शकणारा. त्यामुळे 'तो ओढवून का घेतला?', 'तुलाच का झाला?' असे प्रश्न आपोआपच हवेत विरले. त्यांची जागा आता सहानुभूतीनं घेतली. इतरांच्या चौकशा कमी झाल्या आणि तिची स्वकेंद्रित असलेली अपराधीपणाची भावनाही बोथट झाली. तिचे विचार कसे नकारात्मक होत गेले, आणि आता बाहेर पडण्यासाठी काय करावं लागणार या सगळ्या गोष्टी तिला थेरपिस्टबरोबर बोलताना स्पष्ट दिसायला लागल्या.

जशी परिस्थिती पूर्ववत व्हायला लागली, तशा दंडावरच्या खुणा तिला बोचायला लागल्या. त्या फिकट होत्या, पण तरी तिला बरोबर दिसत होत्या. असं

नाही की जे झालं त्याची तिला लाज वाटत होती, पण त्या आठवणी काहीशा मिश्र होत्या. त्या वेळी तिनं जे जे केलं, ते तिला आता एकाच वेळी हास्यास्पद, गंभीर, आणि काहीसं भीतीदायकही वाटायला लागलं होतं. कधीकधी अचानक तिला हातातून वाहणारं रक्त डोळ्यांसमोर येऊन कसंतरीच वाटू लागे, तर कधी परिस्थिती अशीच राहिली असती तर कदाचित आपण जीव दिला असता या विचारानं तिला कापरं भरू लागे. थोडक्यात काय, जीवनाकडं बघण्याची दृष्टी जशी सकारात्मक व्हायला लागली, तशा या जुन्या आठवणी प्रकर्षानं भीतीदायक वाटायला लागल्या. काहीतरी करायला हवं होतं.

तिला आपल्या व्रणांकडे कमतरता किंवा चूक म्हणून बघायचं नव्हतं. तिला तिच्या स्वत:शीच असलेल्या त्या वेळेच्या लढ्याचं प्रतीक हवं होतं. आणि मग तिला त्याच्याबद्दल कळलं.

रॉजर टॅटू आर्टिस्ट होता. तो आर्टिस्ट म्हणून टॅलेन्टेड तर होताच, पण माणूस म्हणूनही खूप वेगळा होता. ज्या घरात डोमेस्टिक व्हायलन्स (घरगुती हिंसा) हा जगण्याचा एक भाग होता, तिथे तो हे अत्याचार बघत मोठा झाला होता. शिवाय शहराच्या गरीब भागात राहत असल्यानं इतर अत्याचारही त्याने खूप पाहिले होते. तो हे अनुभव आपल्या आर्टच्या माध्यमातून मांडत होताच.

याशिवाय हिंसेचा शिकार झालेल्या लोकांना प्रत्यक्ष मदत करण्याचीही त्याला खूप इच्छा होती. हिंसा दुसऱ्याच्या प्रति असो वा स्वत:प्रति, हिंसेचे मनावर झालेले आघात हे चिरकाल टिकतात याचा त्याला स्वानुभव होता. सगळ्या प्रकारच्या हिंसक आणि नकारात्मक अनुभवांमुळे खचून गेलेल्या जीवनांना सुंदर करून एक उभारी देण्याचा प्रयत्न म्हणून त्याने खास टॅटू आर्ट सुरू केली, अर्थात कसलाही मोबदला न घेता.

रॉजरच्या दृष्टीने त्याच्याकडे येणारे लोक त्यांच्या हातात नसलेल्या कुठल्यातरी परिस्थितीचे बळी होते. आधीच खचलेल्या त्यांच्या मनात त्याला आत्मविश्वास जागृत करायचा होता; ना की शंका किंवा अपराधीपणाची भावना. त्यामुळे, जो येईल त्याला मदत करायची, उगीचच प्रश्न विचारायचे नाहीत हे त्याचं तत्त्व होतं.

निशा त्याला भेटली तेव्हा त्याने तिचं हसतमुखानं स्वागत केलं. निशानं त्याला आपली दंडावरचे व्रण दाखवले, तेव्हा त्याच्या चेहऱ्यावर फक्त सहानुभूती होती. त्याच्या मनमोकळ्या व्यक्तिमत्त्वामुळे तिला लगेच रिलॅक्स्ड वाटलं.

त्याने कुठलेही प्रश्न न विचारता तिला त्याच्या आयपॅडवरची वेगवेगळी डिझाइन्स दाखवली. त्याच्या डिझाइन्समधून तिनं खूप विचार करून एक काळं-पांढरं गुलाब निवडले. तिला तिचा टॅटू रंगीत नको होता. तिच्या डिप्रेशनच्या काळात तिला

जग फक्त काळं-पांढरंच दिसत होतं. त्यात कुठलेच रंग नव्हते. आताच्या तिच्या रंगीबेरंगी जगात तिला त्या काळ्या-पांढऱ्या विचारांची आठवण करून देणारं काहीतरी हवं होतं.

रॉजरनं जेव्हा निशाच्या दंडावर गोंदायला सुरुवात केली, तेव्हा तिला असंख्य मुंग्या चावल्याप्रमाणे झिणझिण्या यायला लागल्या. निशानं डोळे मिटून घेतले. प्रत्येक संवेदनेबरोबर भूतकाळातल्या अनेक वेदनादायी आठवणी जिवंत होऊन तिच्या डोळ्यांसमोरून सरकत गेल्या. गुलाबाची प्रत्येक पाकळी आकार घेत असताना तिच्या भूतकाळाचा एकेक पापुद्रा गळून पडत होता आणि तिच्या निराशेचा निचरा होत होता...

शेवटची रेष काढून रॉजर थांबला. निशानं डोळे उघडले आणि पूर्ण झालेल्या गुलाबाकडं पाहिलं. ओल्या पापण्यांतून अंधुक दिसणारं काळं-पांढरं गुलाबाचं फूल म्हणजे तिच्यासाठी पूर्ण झालेलं वेदनेचं वर्तुळ होतं, जे तिनं परत न जाण्यासाठी भेदलं होतं.

मानसिक यातनांमुळे झालेल्या आत्महत्येपर्यंत नेणाऱ्या शारीरिक यातना, आणि मग थोड्याशा शारीरिक यातनांतून हे सुंदर चित्र जन्मलं, आयुष्य किती मौल्यवान आहे, याची आठवण करून देणारं!

✠✠✠

कुत्र्याचं शेपूट

काही माणसं या जगात येऊन काय करतायत असा खरंच प्रश्न पडतो. त्यांना दुसऱ्यांच्या मनाची पर्वा नसते, स्वतःपलीकडे जग असते याची कल्पनाही नसते. नाती किंवा मैत्री ही फक्त दुसऱ्याचा वापर करण्यासाठी असते, आणि त्यात देवाणघेवाण नसते अशीच त्यांची वृत्ती असते. या गोष्टीतला रघु आणि त्याची बायको याच प्रकारात मोडतात. दोघांच्या रूपाने रेखाच्या मागे एक नाही, तर दोन साडेसात्या लागल्या होत्या. हे दोन शनी तिची पाठ सोडतील...?

''अरे, पण ती तुझी बायको आहे, मग तिला तूच सांगायला हवं ना? मला सांगून काय फायदा? फार तर माझी सहानुभूती मिळेल, पण प्रश्न सुटणार आहे का? आता तिला जर वस्तू घ्याव्याशा वाटतात तर यात चूक काय आहे? तू इतकं कमावतोस आणि तीसुद्धा जॉब करतेच नं?''

''अगं, पण म्हणून काय उठल्यासुटल्या खरेदी करायची? कालच १०० डॉलर्सचे रनिंग शूज घेतले सानिकासाठी. काय तर म्हणे शाळेत सांगितले घ्यायला, 'ट्रॅक अँड फील्ड'साठी. आम्ही काय धावलो नाही शाळेत असताना? तेव्हा पन्नास रुपयांचे शूज वापरायचो.''

''झालं याचं पुराण सुरू; 'आमच्या वेळी हे होतं, ते होतं, आम्ही किती आदर्श मुलं, आमचे आईवडील किती कडक,' इत्यादी इत्यादी... नशीब, 'आम्ही किती मैल चालत शाळेत जायचो' किंवा 'रस्त्यावरल्या दिव्याच्या प्रकाशात अभ्यास

करायचो' असली मुक्ताफळं नाही उधळली.

"अरे, पण मुलीसाठीच खरेदी केली ना? तिला इतकं मैल धावायचंय म्हणजे चांगले शूज नकोत का? उद्या काही दुखापत झाली, तर तुलाच खर्च नाही का येणार? आणि तू तुझ्या लहानपणची तुलना सानिकाच्या लहानपणाशी का करतोस? तू अमेरिकेत आहेस, तुझे वडील होते का अमेरिकेत? तू इतक्या मोठ्या कंपनीत आहेस, ते होते का?"

"अगं, तरीही?..."

हे संवाद आत्तापर्यंत किती वेळा झाले असतील याचा हिशोबही ती आता विसरली होती. बऱ्याचदा रेखाला प्रश्न पडायचा की आपण याला सगळं इतकं स्पष्ट करून सांगितलं, तरी याला काहीच कसं कळत नाही?

पूर्वी आलोक, म्हणजे तिचा मुलगा लहान असताना एकच गोष्ट शंभर वेळा सांगूनही त्याच्या लक्षात यायची नाही, तशीच गत रघूची होती. फरक इतकाच, की आलोक तेव्हा दोन वर्षांचा होता, आणि रघू पंचेचाळीसचा आहे.

"रघू, लंच टाईम संपलाय. मी केबिनमध्ये जातेय," तिने डबा पर्समध्ये टाकला.

"पण तू मला काहीच सांगितलं नाही. मी काय करायला हवं?" त्याने त्याच्या कटकट्या सुरात विरोध दर्शवला.

"घेऊ दे तिला वस्तू विकत. शूज तर गरजेची गोष्ट आहे; पण तिला दुसरं काही घ्यायचं असेल, तरी तुला काय प्रॉब्लेम आहे? आणि तीही जॉब करतेच आहे नं? तुझ्याइतके कमावत नसेल; पण असं नाही की ती तुझ्या पैशांवर मजा करतेय. आत्ता खर्च नाही करायचा, तर काय ऐंशी वर्षांचं झाल्यावर करणार, की वर जाताना बांधून घेऊन जाणार?"

"पण तुला कळत नाहीये. गरज काय इतक्या वस्तूंची? साधं, सरळ आयुष्य जगावं, कमीत कमी गरजा ठेवून, तर ही अशी उधळपट्टी करते."

आता रघू झेन असता, तर तिने दुसरा मार्ग सुचवला असता. मुळात मग त्याने तक्रारही केली नसती. पण रघूची मानसिकता दरिद्री होती.

"हे बघ, रघू, हा तुझ्या घरचा मामला आहे. तेव्हा मला यात ओढण्याचा मूर्खपणा करू नको. रमाला समोरासमोर बसवून बोल."

"तू मला मूर्ख म्हणालीस, हे मला अजिबात आवडलं नाहीये," तो पाच वर्षांची मुलं फुरंगटून बोलतात तसा बोलला. पाच वर्षांच्या मुलांना ते गोड दिसतं, याच्या बाबतीत?

"मी मूर्खपणा म्हटलं ते तुझ्या वागण्याबद्दल. तू मूर्ख आहेस असं म्हटलं का? उगीच बावळटसारखं बोलू नको." आता परत तिला आपण पाच वर्षांच्या आलोकशी बोलतोय असं वाटलं. काही माणसं कधीच मोठी होत नाहीत का?

''आता तू मला बावळट म्हटलंस, हे मला अजिबात आवडलं नाहीये.''

''सॉरी, पण त्याला मी काय करू? मी जातेय, मला मीटिंग आहे.''

रेखा कॅफेटेरियातून बाहेर पडली. रघूनं आपलं रडगाणं अजून जर दोन मिनिटं गायलं असतं, तर तिनं खरोखरच त्याला एक ठेवून दिली असती.

'वैताग आहे हा रघू म्हणजे! ही अशी माणसं माझ्याच नशिबात का येतात, कोण जाणे?'

हा रघू तिच्या नवऱ्याचा क्लासमेट होता. कधीही, कुठंही भेटला, तर त्याचं एक तर रडगाणं असायचं किंवा आत्मस्तुती. दोन्ही परिस्थितीत लोकांना त्रास. आधी कुठे फंक्शनला भेटला, तर ती त्याला सरळ टाळत असे. नंतरनंतर जवळच्या मित्रमैत्रिणींनी त्याला बोलावणंच बंद केलं, त्यामुळे तोही प्रश्न निकालात निघाला. पण कसा कोण जाणे, त्याला रेखाच्याच कंपनीत जॉब मिळाला आणि रेखाची साडेसाती सुरू झाली.

रघू हा तिच्या आयुष्यातला शनी होता. लहानपणापासून त्याचा स्वभाव संशयी आणि स्वार्थी, त्यामुळे रघूला मित्र-मैत्रिणी नव्हते. त्याच्यावर दया येऊन कुणी त्याच्याशी मैत्री करण्याचा प्रयत्न केला, तरी त्याच्या कटकट्या स्वभावामुळे दोनच दिवसांत ते पळून जात. रेखाचा नवरा त्याचा क्लासमेट होता, मित्र नव्हता; पण रघू त्याच्या सोयीप्रमाणे ते नातं वापरून रेखाला चिकटला.

एकाच ऑफिसमध्ये असल्याने रेखा आयतीच त्याच्या तावडीत सापडली होती. त्याचं ते नाजूक-साजूक वागणं, सतत कुत्सितपणे हसणं, बायकोच्या तक्रारी करणं, आणि स्वतःचं गुणगान गाणं यांनी ती अगदी विटून गेली होती.

थॉमस हॅरिसच्या 'आय ॲम ओके, यू आर ओके' या पुस्तकातल्या माणसाच्या स्वभाववैशिष्ट्यांप्रमाणे हा 'आय ॲम ओके, यू आर नॉट ओके' या प्रकारातला होता. या प्रकारात मोडणारी माणसं स्वतःला इतरांपेक्षा हुशार समजतात. इतरांना तुच्छ लेखणं, पण वेळप्रसंगी त्यांचा उपयोग करून घेणं हा त्यांचा स्थायी भाव असतो. रघूच्या मते त्याचं नेहमीच बरोबर असायचं आणि समोरच्या माणसाचं चूक. कुणाला वाटावं, की थॉमस हॅरिसने हा प्रकार रघूला बघूनच लिहिला असावा; इतकं ते वर्णन रघूशी जुळत होतं.

बरं, याच्यापासून पिच्छा सोडवावा, तर रमा, त्याची बायकोही काही कमी नव्हती. रमा एका डिपार्टमेंटल स्टोअरमध्ये कॅशिअर म्हणून काम करत होती. तिच्या जॉबच्या वेळा स्टोअरच्या जरुरीप्रमाणे बदलायच्या. एक फिक्स्ड शेड्युल नसल्यानं तिला बऱ्याचदा मोकळा वेळ असायचा. रघूप्रमाणेच तिलाही मैत्रिणी नव्हत्या. रघूसारखीच तीही आत्मकेंद्रित होती, आणि याहून वाईट म्हणजे, तिला कुठे काय बोलावं याचा पोचही नव्हता.

उदाहरणच द्यायचं झालं तर, दहा-बारा वर्षांपूर्वी तिचं डोहाळजेवण रघूच्या विनंतीवरून रेखानं आपल्या घरी ठेवलं होतं. तिच्याकडून ईन मीन चार ओळखीचे लोक आले. सगळ्यांनी पॉटलक म्हणून एकेक पदार्थ करून आणला. रेखानं इतकी मेहनत करून सजावट केली आणि तिच्यापरीने सुंदर डोहाळजेवण केलं. तर ही रेखाला म्हणते कशी, 'तू छोले केलेस, म्हणजे अगदी सोपा पदार्थ नित्रडलास की.' रेखाला काय बोलावं हे सुचलंच नाही. कुणाला इतका पोच नसतो यावर तिनं कधीच विश्वास ठेवला नसता. ती रेखाच्या इतकी डोक्यात गेली, की त्यानंतर बरेच वर्षं रेखानं दोघांनाही टाळलं.

पण आता दुर्दैवानं रघूनं तिचंच ऑफिस जॉईन केल्यापासून रमा तिच्या आयुष्यात परत आली. तिला गरज असली, की ती रेखाला कुठल्याही वेळी फोन करायची. 'जमणार नाही' असं रेखानं कितीही सांगितलं, तरी दुसऱ्याचं ऐकणं हे दोघांच्याही स्वभावात नसल्यामुळे त्यांच्यातला टिपिकल संवाद हा काहीसा असा असायचा -

''रेखा, घरी ये नं. मला बोलायचंय,'' रमा.

''नाही गं, जमणार नाही,'' रेखा.

''महत्त्वाचं आहे. दहा मिनिटांत ये. मी वाट बघते,'' रमा.

''फोनवर सांग नं! मला आता खूप कामं आहेत.'' रेखाला खरंच कामं असायची. फुलटाइम जॉब करून घरची सगळी कामं म्हणजे काय खायची गोष्ट? शिवाय, ती सॉफ्टवेअर इंजिनिअर असल्याने तिचं ऑफिसचं काम कधीच संपायचं नाही.

''अगं, फोनवर सांगण्यासारखं नाहीये. ये ना पटकन,'' रमा.

रेखाने काही म्हणायच्या आत रमाने फोन ठेवलेला.

आणि मग नाईलाजानं हातातली कामं टाकून रेखा तिच्या घरी गेली की -

''येते हं, तू बस. ही भाजी चिरते पटकन,'' रमा.

''तू कशाला बोलावलंयस मला? लवकर सांग,'' रेखा.

''सांगते नं, ही भाजी जरा फोडणीला घालते आणि येते. बस की निवांत. आजकाल तू येतच नाहीस.'' पूर्ण वेळ रमाची इतर विषयांवरची बडबड सुरू, पण मुद्द्यावर काही येणार नाही. मग ही कथा 'कारल्याचं बी पेर गं सुनबाई, मग जा आपल्या माहेरा'सारखी दळण दळायची. बरं, आदरातिथ्य तर स्वभावातच नव्हतं. त्यामुळे चहा, कॉफी वगैरेची अपेक्षाच नसायची.

रेखाच्या डोळ्यांसमोर कामांचा ढीग आणि पोटात कावळे. मग शेवटी ती वैतागून उठलीच, की बाईसाहेब येऊन बसणार. हिची कामं उरकलेली, आणि रेखाची कामं कोण करणार?

मग तिच्या नेहमीच्या तक्रारी सुरू. तक्रारींचा मुख्य विषय म्हणजे रघू आणि त्याचा कंजूसपणा.

"बघतेयस ना तू, माझी गॅस रेंज किती खराब झाली होती ते. किती दिवस तीच जुनी रेंज वापरायची मी? शेवटी आज दुसरी ऑर्डर केली. हा बघ कॅटलॉग, हीच ऑर्डर केली. मस्त आहे नं." मग रमानं तिच्या फोनवर नवीन गॅस रेंजचे फोटो दाखवले. रेंजसारखी रेंज; त्यात काय मोठंसं. रमा म्हणाली, "छान आहे नं?" रेखा 'मम' म्हणाली. तिला यात वेळ घालवायची अजिबात इच्छा नव्हती. तिला घरी जायचं होतं.

रमाचं पुराण परत सुरू झालं, "रघूला म्हटलं तू खड्ड्यात जा. मी आत्ता नवीन गॅस रेंज घेते. त्यावर तो रुसून गेलाय लायब्ररीत. म्हणून म्हटलं तुझ्याशी बोलावं. कुणाशी तरी बोललं की बरं वाटतं."

हा प्रसंग थोड्याफार फरकानं नेहमीच घडत असे. रमाची बडबड सुरू झाली, की रेखा नेहमीप्रमाणे कान बंद करून घेणार. शेवटी रमा म्हणणार, 'बरं झालं तू आलीस. आता कसं मोकळं वाटतंय! तुला काम असेल नं, गेलीस तरी चालेल आता.' रेखासाठी हा तिथून उठण्याचा इशारा, आणि मग रेखा जीव मुठीत घेऊन तिथून पळणार.

हे असं कित्येक महिने चालू होतं.

बऱ्याचदा असा टाईमपास करावा लागल्यानं रेखानं त्यांच्या घराचं अगदी तपशीलवार निरीक्षण केलं होतं.

रघू आणि रमाचं घर म्हणजे त्यांच्या दोघांच्या व्यक्तिमत्त्वाचं प्रतिबिंब होतं. रघूचा दरिद्री कंजूसपणा आणि रमाचा अजागळपणा; अगदी गंगा-यमुनेचा संगम.

दहा वर्षांपूर्वी त्यांनी हे घर जेव्हा विकत घेतलं, तेव्हाच त्याला पूर्ण रिनोव्हेशनची गरज होती. कॅलिफोर्नियातलं लाकडी घर, ४०-५० वर्षं जुनं, अजूनही मूळ स्वरूपात होतं. अर्थातच, रघूनं त्यावर काहीही खर्च केला नाही आणि रमानं जे काही थोडं बरं होतं तेसुद्धा जपलं नाही. आता तर त्या घराला अजूनच अवकळा आली होती. मुली लहान असताना त्यांनी भिंतींवर मारलेल्या क्रेयॉनच्या रेघोट्या, मुली आता सातवीत आणि दहावीत गेल्या तरी तशाच होत्या. काही ठिकाणी तर भिंतीला चक्क चरे पडायला लागले होते. कधीकधी काहीतरी लटकवायला केलेली भोकंही भगदाडांसारखी दिसत होती. गेल्या दहा वर्षांत रेखानं तिच्या घराला निदान दोनदा तरी रंग दिला असेल. इथं अजूनही ५० वर्षांपूर्वीचा रंग दिसत होता.

घरातला सोफा पंधरा वर्षांपूर्वीचा, तोसुद्धा गराज सेलमध्ये घेतलेला. त्याच्या उश्यांत मध्येमध्ये गठळ्या झालेल्या, त्यावर अस्ताव्यस्त पसरलेली स्लीप कव्हर्स. रमाच्या घरी बऱ्याचदा यावं लागल्यानं रेखाला माहीत होतं, सोफ्याच्या कुठल्या सेक्शनवर खाली न जाता बसता येतं ते.

स्वयंपाकघर म्हणजे तर एक मोठा विनोदच होता. एका बाजूला सिंकचा ओटा, आणि दुसरीकडे स्टोव्हचा ओटा. ओट्यावर जुन्या, ऑफव्हाईट रंगाच्या टाईल्स, बऱ्याच ठिकाणी चरे पडलेल्या. मध्ये जेमतेम तीन फूट जागा होती. काही कपाटांची दारं निखळलेली, तर काहींची कधीही पडतील अशी होती. सगळीकडे भांड्यांचा पसारा.

आतल्या खोल्यांमध्ये जाण्याची हिंमत तर रेखाने कधीच केली नसती.

यांनी घर विकत घेतलं, तेव्हा अंगण जरा तरी हिरवं होतं. आता तर समोरच्या अंगणात वाळलेलं गवत आणि मागच्या अंगणात कोपऱ्यात एक लिंबाचं झाड, याशिवाय तिथं काहीच नव्हतं.

आजकाल मुंबईतल्या चाळीतसुद्धा लोकं इतक्याशा जागेत ज्मेल तितकं छान इंटेरियर करतात, छान राहतात. आणि इथे सगळाच आनंद होता. कुणाला सांगूनही खरं वाटलं नसतं, की हे घर अमेरिकेतल्या उच्च स्तरातल्या माणसाचं आहे. 'अंथरूण पाहून पाय पसरावे' हे ठीक आहे, पण इथे तर शाही बेडवर ऐसपैस जागा असतानाही एक कोपरा तरी वापरत होते की नाही, देव जाणे. माणसाची वृत्तीच जर दरिद्री असेल तर कोण काय करणार?

रघू आणि रमाच्या या भांडणात मधल्यामध्ये रेखाची मात्र फरफट होत होती. खरं म्हणजे तिला या दोघांशीही काहीही देणंघेणं नव्हतं; पण तिच्या काहीशा भिडस्त स्वभावामुळे तिला यांना तोडताही येत नव्हतं.

''तुझ्यासाठी रघू किती महत्त्वाचा आहे?'' एक दिवस रेखानं वैतागून तिच्या नवऱ्याला विचारलं.

''कोण रघू? हं, तो? त्याचं काय?'' त्याने फोन मधून डोकंही वर न काढता विचारलं. रेखाला तिचं उत्तर मिळालं.

''काही नाही, तो आणि त्याची बायको, दोघे इतके छळतात ना मला. अगदी कंटाळा आलाय मला त्यांचा. तो तुझा मित्र नसता ना, तर कधीच कटवला असता त्याला.''

''अगं, पण तुला कुणी सांगितलं, की तो माझा मित्र आहे? तो माझा क्लासमेट होता आणि तो कधीच, कुणाला आवडायचा नाही. त्याची दया येऊन मी त्याच्याशी चांगला वागायचो, तर हा माझाच फायदा घ्यायला लागला. त्याला गरज असली, तर माझ्या मागे मागे फिरायचा आणि गरज नसेल, तर बोलायचाही नाही. हे मी बऱ्याचदा पाहिलं, मग इतरांसारखंच मीही त्याला टाळायला लागलो. तुला काय त्रास देतोय तो, आणि कुठे? आपण तर त्याला घरीही बोलवत नाही,'' शेखरचा प्रश्न.

'छान, म्हणजे याला माहीतही नाही, की रघू माझ्या ऑफिसमध्ये आहे ते. म्हणजे उगीचच मी रघूला भाव देते. आता या दोघांपासून सुटका करून घेण्यासाठी काही तरी करायला हवं.' रेखाच्या डोक्यात चक्र चालू झाले.

"रेखा लंचला येतेस ना?" रघू नेहमीप्रमाणे लंचटाईममध्ये आला.

"माझं झालंय. तू जा," रेखाने कॉम्पुटरमधून डोकं वर न काढता म्हटलं.

"असा कसा एकटीने लंच केलास? मला का नाही बोलावलंस. तुला माहितेय ना मला एकट्यानं खायला आवडत नाही ते." नेहमीचा कटकट्या सूर.

"मला भूक लागली, आणि मी खाल्लं. यात तुझा काय संबंध? आपण काय शाळेत आहोत का, मधल्या सुट्टीत एकत्र बसून डबा खायला?"

"रागवू नकोस. मी सहज म्हटलं. बरं मी इथेच बसतो आता. मला कॅफेटेरियात एकट्याला जाऊन खायचं नाहीये." रघूनं रेखाच्या समोर आपलं बस्तान ठोकलं.

"अरे, पण तू बाहेर जा; मला काम करायचंय. हा कोड आताच चेक करायचा हवा आहे, मला डिस्टर्ब नको करू." रेखाचा आवाज थोडासा चढला होता, पण रघूला थोडाच फरक पडतोय. त्याने सरळ बोलायलाच सुरुवात केली.

"कामं तर होतातच, पण मला तुझ्याशी रमाबद्दल बोलायचंय."

नेहमीचा विषय सुरू झाला आणि 'यात नवीन काय' म्हणून रेखानं कान बंद केले. पुढचं वाक्य मात्र तिच्या बंद कानांना उघडून गेलं.

"गेल्या दोन महिन्यांत दोन किलो वजन वाढलंय तिचं. तोंडावर ताबा नाही. मी घरात काही गोड आणायला बंदी केली, तर ही बाहेर जाऊन खाते. बरं, खाते तर खाते, पण तिला इतका आनंद होतो ना खाताना! निदान खाताना आनंद तरी दाखवायचा नाही. मुलींसमोर हे कसलं रोल मॉडेल?"

खरं तर रेखानं त्याच्या बोलण्याकडं अजिबात लक्ष द्यायचं नाही असं ठरवलं होतं, पण त्याचं हे शेवटचं वाक्य इतकं रिडिक्युलसली मनोरंजक होतं, की ती फसकन हसली.

"म्हणजे तुझं असं म्हणणं आहे का, की तिनं गोड खावं पण निर्विकार चेहऱ्यानं? अरे, एखादा पदार्थ खाण्यानं आपल्याला आनंद होत असेल, तर काय प्रॉब्लेम आहे? आणि ती काय रोज बाहेर जाऊन खातेय का?"

"हसतेस काय? ही गंभीर गोष्ट आहे. तुला माहितेय नं, मी किती हेल्थ कॉन्शस आहे ते. गोड आणि फॅटी फूड यात पोषक काहीच नसतं हे तिला कळत नाही का? मी बघ, कोलेस्टेरॉल वाढू नये म्हणून मोजक्याच गोष्टी खातो. पण रमाला काय त्याचं? दिवसेंदिवस फुगत चालली आहे."

रेखाच्या डोळ्यांसमोर रमाची गाल खप्पड असलेली किडकिडीत मूर्ती आली.

तिला जर जाडं म्हटलं, तर अमेरिकेतल्या अर्ध्याहून जास्त लोकांना जपानी सुमो रेसलर म्हणावं लागेल.

"रघू, तू जा आता." पण आत्मस्तुतीत आणि बायकोच्या तक्रारीत मग्न असलेल्या रघूला ते ऐकू थोडंच आले. काहीशा रडक्या, काहीशा चिडक्या आणि काहीशा कुत्सित स्वरात त्याची अखंड बडबड चालू होती. एखादा डास कानाशी भुणभुणावा, तसा त्याचा आवाज रेखाच्या कानाशी येत होता. आजकाल टेबलवर पेपरवेट नसतात म्हणून तो वाचला, बाकी काही नाही.

एका तासभर आरामात लंच करून, रेखाचं डोकं खाऊन रघू गेला. म्हणजे आज लंच आधी केला त्याचा काही फायदा झाला नाही.

दुसऱ्या दिवशी रेखा मैत्रिणीबरोबर लंचला बसली, तर रघू तिथंही आला. कुणाच्या निमंत्रणाची वाट न बघता किंवा परवानगी न घेता तो त्यांच्याबरोबर बसला. मैत्रीण समोर असल्याने त्याने रमाचा विषय नाही काढला; पण मराठीतून बऱ्याच तक्रारी केल्या. मैत्रीण मराठी बोलणारी नसल्याने ती कंटाळली आणि रेखा वैतागली. आपण अमेरिकेत राहतो आणि कुणाला आपली भाषा येत नसेल, तर त्याच्यासमोर इंग्लिशमध्ये बोलावं इतकी समज नाही याला? दुसऱ्या दिवशी रघूला बघून मैत्रीणच उठून गेली.

नंतर एक दिवस लंचटाईममध्ये रेखानं केबिनचं दार बंद केलं, तर रघूनं दारावर टकटक केली. रेखानं 'काम आहे, मीटिंग आहे' सांगितलं, तर म्हणे 'लंचटाईममध्ये काय काम? ब्रेक घे.' इतके टेक्स्ट केले, की शेवटी तमाशा नको म्हणून तिनं त्याला आत घेतलं. रघू त्याच्या कामाच्या बाबतीत चोख होता, पण त्याला दुसऱ्याच्या वेळेची कदर नव्हती. त्यामुळे स्वतःचं काम कंट्रोलमध्ये असेल, तर त्याला स्वतःला दुसऱ्यांवर लादायला काहीही वाटत नसे.

एकदा रेखा साधारण लंचच्या वेळेला बाहेर गेली. रघूपासून सुटका आणि तितकाच व्यायामही होईल म्हणून. ती कल्पना रघूला इतकी आवडली, की दुसऱ्या दिवशी तो वाटच बघत होता रेखा कधी बाहेर पडते याची. ती बाहेर पडताच हा लगेच तिला जॉईन झाला.

आता रेखासमोर दोनच पर्याय शिल्लक होते. एक तर पोलिसात तक्रार करून याच्या नावाने रीस्ट्रेनिंग ऑर्डर काढायची, म्हणजे रेखाच्या आसपास २५

फुटांपर्यंत यायला त्याला बंदी झाली असती. पण ती फक्त डेंजरस लोकांविरुद्धच असते. रघू उपद्रवी होता, पण धोकादायक नव्हता. त्याने आयुष्यात कधी मुंगीही मारली नसती. गैरसमज नको. इथे मुंगी न मारणं हे वाक्य त्याच्यात तेवढीही हिंमत नव्हती हे स्पष्ट करण्यासाठी प्रतीकस्वरूप वापरलं. रघू कसा भूतदयाळू होता हे दाखवण्यासाठी नाही. म्हणून तर बायकोबद्दल फक्त मागे तक्रारी व्हायच्या. तिच्यासमोर बोलण्याची हिंमत कुठे होती? असो, तर हा पहिला पर्याय काही उपयोगाचा नव्हता.

दुसरा पर्याय म्हणजे जॉब बदलायचा. पण तिनं का बदलावा जॉब? तिला तिचा जॉब आवडत होता. खूप मेहनत करून ती इथपर्यंत आली होती, तिला कंपनीत आदर होता, तिची स्वत:ची ओळख होती. तिनं या माणसासाठी स्वत:चं नुकसान का करावं? रघू जॉब नक्कीच सोडणार नव्हता आणि त्याची कार्यक्षमता उत्तम होती. त्यामुळे कंपनीने त्याला काढलं नसतं. म्हणजे जॉब बदलणं हा काही उपाय नव्हता.

तिसरा पर्याय म्हणजे 'तुका म्हणे उगी राहावे, जे जे होईल ते ते पहावे.' तिनं हाच पर्याय स्वीकारला. हा तिच्या भिडस्त स्वभावाला साजेसा पर्याय होता. प्रत्येक वेळी रघूशी मुलाखत झाली की मनातल्या मनात जप करायचा आणि कान पूर्णपणे बंद करून हं हं करायचे. आणि हे तिने काही दिवस यशस्वीपणे केलेही. पण शेवटी उंटाची पाठ मोडायला एक शेवटची काडी पडली.

रमाचा फोन आला. म्हणाली, "घरी ये नं, बोलायचंय."

"जमणार नाही, बरीच कामं पडली आहेत," रेखा.

"ये गं, अर्ध्या तासासाठी. कामं काय होतच राहतात. मला खरंच महत्त्वाचं बोलायचंय. अगं रघू..." रमा.

"रघूबद्दल काहीही ऐकण्यात मला इंटरेस्ट नाही आणि वेळही नाही," तिला मध्येच तोडत रेखा म्हणाली.

"अगं, खूपच महत्त्वाचं आहे आणि मला कुणाला तरी सांगायचंय," रमा.

"रमा, सॉरी. नंतर कधी तरी."

कधी नव्हे ते रेखाने आधी फोन बंद केला. तिला स्वत:चाच अभिमान वाटला.

आज तिला काहीतरी वेगळे करण्याचा मूड आला होता. कढीगोळे आणि भात, त्यावर तुपाची मस्त खमंग धार. कल्पनेनंच तिच्या तोंडाला पाणी सुटलं. गोळे वाफवायला कुकरमध्ये ठेवत नाही, तितक्यात बेल वाजली.

आता कोण?

दार उघडलं, तर समोर साक्षात रमा! रेखाचा स्वत:च्या डोळ्यांवर विश्वासच बसला नाही.

"तू म्हणालीस काम आहे, तर म्हटलं आपणच जावं. तू काम करत राहा, मी तुझ्याशी बोलते," रेखा काही म्हणण्याच्या आताच तिला जवळ जवळ ढकलूनच रमा आत आली.

"रघूचं डोकं फिरलंय," बोट डोक्याला लावत, स्क्रू ढिला असल्याची खूण करत रमा म्हणाली. रेखानं मनातल्या मनात कपाळावर हात मारला. तुम्हा दोघांचीही डोकी फिरली आहेत, आणि तुमचं ऐकून घेते म्हणून सर्वात मूर्ख तर मीच आहे

"काल रात्री मी स्वयंपाक करत होते, तर येऊन बघितलं की दही फॅट-फ्री आहे की नाही ते. आता मला काय इतकीही अक्कल नाही का? बोल ना काहीतरी."

रेखा शांतपणे भाताचा कुकर लावत होती, मनात जप चालू होता, 'शांती शांती शांती'. तिला मनातला राग जेवणात उतरू द्यायचा नव्हता. म्हणतात ना, की जेवण करणाऱ्यांच्या भावना जेवणात उतरतात, म्हणून स्वयंपाक करताना मन प्रसन्न ठेवावं.

"रमा, मी तुला आधीच सांगितलं की मला काम आहे. तुझं बोलणं चालू ठेव, मी ऐकतेय," रेखा माणसाला जितकं शक्य असेल तितक्या शांतपणे म्हणाली.

रमाने आपल्या चिरक्या आवाजात तक्रारी सुरू ठेवल्या.

"आता मी स्वयंपाक तरी कसा करायचा? तूप नाही, तेल नाही, साखर नाही. याच्याशी लग्न करून माझं आयुष्य म्हणजे तूप न लावलेल्या, करपलेल्या पोळीसारखं झालंय. परत कंजूसपणा आहेच. तुला तर माहितेय, की आमचं स्कूल- डिस्ट्रिक्ट मिडल स्कूलसाठी इतकं चांगलं नाहीये. मी म्हटलं, की मुलींना आता प्रायव्हेट शाळेत घालू या सहावीपासून. आता मुलांमध्ये इन्व्हेस्टमेंट नाही करायची, तर कुणात करायची? आता म्हणतो मुलींना प्रायव्हेट शाळेत घालण्यापेक्षा हे घर भाड्यानं देऊन कुठल्या तरी चांगल्या स्कूलडिस्ट्रिक्ट मध्ये जाऊ. आता तू सांग, मी माझं छान घर सोडून का जाऊ? आणि हा कुठल्या अशा ग्रेट शाळेत गेला होता."

पुढचा एक तासभर रमा बोलताच राहिली. रेखाने कढीगोळे केले, पण ते खाण्याचा तिचा मूडच गेला. रमाची बडबड ऐकून तिचं डोकं नुसतं फिरलंच नव्हतं, तर आता दुखायलाही लागलं होतं.

डोकेदुखीची गोळी घेऊन ती जरा पडली, पण विचारांनी तिच्या मनात काहूर माजलं होतं. 'हे नवरा-बायको नक्की कसल्या मातीचे बनलेत? त्या दोघांनाही 'नाही'चा अर्थ कळत नाही, की कळून न कळल्यासारखं करतात. निर्लज्जपणाची हद्द आहे नुसती. कुणाचा किती फायदा घ्यायचा याला काही सीमा? सर्वात कहर म्हणजे, यांना एकमेकांबद्दल इतका तिटकारा वाटतो, तर एकत्र का राहतात? या दोघांच्या भांडणात माझं आयुष्य हकनाक कमी होतंय. बस झालं आता. या दोघांना आणखी लाडावण्यात अर्थ नाही. मला माझं मानसिक संतुलन राखायचं असेल,

तर या दोघांना माझ्या आयुष्यातून दूर केलं पाहिजे. मला वाटतं यांना आरसा दाखवण्याची गरज आहे.'

✠✠✠

दुसऱ्या दिवशी शनिवार होता. रेखाने दुपारी रमाला फोन केला, ''रमा, रेखा बोलतेय.''

''अय्या, रेखा, तू? किती सरप्राईज!'' फोनवर असल्यानं रेखाला दिसलं नाही रमानं लहान मुलीसारख्या उड्या मारून टाळ्या वाजवल्या ते.

''मी तुझ्याकडे येतेय. तुम्ही दोघंही आहात का घरी?'' रेखानं विचारलं.

''आत्ता नको. कामं आहेत,'' रमा लगेच म्हणाली.

'अर्थात, आता नाहीच म्हणणार, मी येतेय आणि तिला गरज नाहीये,' रेखाच्या डोक्यातले संवाद.

''कामं काय होतच राहतात,'' रमाचाच डायलॉग तिलाच ऐकवून रेखानं फोन खाली ठेवला. 'जरा बाहेर जाऊन येते' असं नवऱ्याला सांगून तो 'कुठे? का?' विचारेपर्यंत रेखा कारपर्यंत पोहोचलीसुद्धा. रमाचं घर रेखाच्या घरापासून कारने ५ मिनिटांच्या अंतरावर होतं. रमानं दार उघडलं आणि लगेच म्हटलं, ''आत्ता येऊ नकोस म्हटलं होतं नं. आम्ही आत्ता बाहेरच निघत होतो.''

तिच्याकडे दुर्लक्ष करत रेखा आत घुसली.

''रमा, रघू कुठं आहे? त्याला बोलव. मला तुम्हा दोघांशीही बोलायचंय.''

''अगं, पण...'' रमा अजून काही बोलणार तितक्यात रघू बाहेर आला.

''अरे, रेखा, तू इकडं कुठं?''

रघू घरातल्या कपड्यांमध्येच होता, म्हणजे ते नक्कीच बाहेर जात नव्हते. रेखाला आपण जे करतोय ते बरोबर की नाही ही शंका सतावत होती; पण आता रमा खोटं बोलल्याची खात्री पटल्याने ती विरून गेली.

''तुम्ही दोघं इथं बसा. मी जे बोलणार आहे, ते ऐकल्यावर तुम्हाला बसण्याची गरज लागेल.''

दोघे अस्वस्थपणे सोफ्यावर बसले. त्यांच्यासमोर बसून रेखाने सुरुवात केली.

''रमा, तुला माहीत आहे, की रघू तुला जाडी म्हणतो? एकदा तर तो तुला काळी, जाडी, म्हारकी म्हैस म्हणाला. रघू, तुला माहीत आहे, की रमा तुला चिक्कू मारवाडी, मक्खीचूस म्हणते ते?''

रघू आणि रमा यांच्या चेहऱ्यांवर जे भाव होते, ते रेखाने खरं तर कॅमेऱ्याने टिपून घ्यायला हवे होते; पण तिला थांबायचं नव्हतं.

''रमा, तुला अक्कल नाही, असं मला रघूनं कित्येकदा सांगितलंय. आणि रघू, रमाच्या मते तुझं डोकं कायम फिरलेलं असतं. खरं म्हणजे या एका बाबतीत मी

तुम्हा दोघांशीही सहमत आहे. तुम्ही दोघं एकमेकांचा अत्यंत तिरस्कार करता, पण खरं तर तुम्ही एकदम सारखे आहात, अगदी 'मेड फॉर ईच अदर'. दोघंही अतिशय स्वार्थी, आत्मकेंद्रित, कटकटे आहात. कधी विचार केलाय की तुम्हाला कुणी मित्र का नाहीत किंवा तुम्हाला कोणी त्यांच्या घरी का बोलवत नाही ते? कारण कुणीच तुम्हाला दोन मिनिटांपेक्षा जास्त सहन करू शकत नाहीत. तुम्ही दोघांनीही माझ्या स्वभावाचा फायदा घेत, मऊ लागलं म्हणून कोपरानं इतकं खणलंय, कि आता दगड लागलाय, ज्यावर तुम्हालाच डोकी आपटावी लागतील.

''तुम्ही एकमेकांच्या उरावर बसा किंवा एकमेकांचा जीव घ्या, पण मला मोकळं करा. विचारा एकमेकांना, काय काय सांगितलंय मला तुम्ही ते एकमेक विषयी.''

रेखा अजूनही बरंच काही बोलली. पंधरा मिनिटांच्या उद्रेकानंतर रेखा तिथून बाहेर पडली, तेव्हा रघू आणि रमा, दोघांचीही तोंडं उघडी आणि डोळे विस्फारलेले होते.

✠✠✠

आजकाल रघू रेखा बरोबर लंच करत नाही. ती दुरून दिसली, तरी रस्ता क्रॉस करून जातो. मीटिंगमध्ये भेटलाच तर फक्त ऑफिसच्या कामापुरता बोलतो. रेखा आता ऑफिसमध्ये लंचला तिच्या मित्र-मैत्रिणींबरोबर बसते आणि मुख्य म्हणजे शांतपणे आणि आनंदाने काम करू शकते.

रमानं रेखाला परत फोन केला नाही. ती घरीही येत नाही. त्या दोघांना इतर कुणीही बोलावत नसल्यानं रेखाला ती अचानक कुठं भेटण्याचा प्रश्नच येत नाही. त्यामुळे रेखाला आता स्वत:च्या घरातही सुखानं राहता येतं.

ऑफिसमधल्या अफवांच्या कारखान्यातून रेखाला कळलं, की आता सध्या दोघं डिव्होर्स घेण्यापूर्वीचं काउन्सेलिंग करतायत.

कधीकधी रेखाला अपराधी वाटतं; पण भुणभुण करणारा डास आला तर त्याला मारावंच लागतं, हा विचार आला की अपराधीपणाची भावना जाऊन शांत शांत वाटते.

तसंही वेशीवर टांगलेल्या संसारापेक्षा, डिव्होर्स बरा!

✠✠✠

उंटावरचा शहाणा

शेखचिल्लीची गोष्ट तुम्ही सर्वांनी वाचलीच असेल. स्वतःच स्वतःच्या पायावर धोंडा मारून घेणारे लोक या जगात आहेत, याचे प्रत्यंतर देणारा 'रेजी' हा या कथेचा नायक. रेजीचे वडील नव्हते आणि त्याची आई ड्रग ॲडिक्ट होती. त्यामुळे चाईल्ड प्रोटेक्टिव्ह सर्व्हिसनं (लहान मुलांच्या संरक्षणासाठी असणारी सर्व्हिस) त्याला घरातून काढून फॉस्टर केअरमध्ये टाकलं. तिथं रेजी आपला आपणच वाढला. त्याला मार्गदर्शन करायला कुणीच नव्हतं. आणि त्याला कॉमन सेन्स नव्हताच म्हणा ना! त्याचा मॉरल कंपासही (नीतिमत्ता) थोडा हलला होता. यांचा एकत्रित परिणाम म्हणजे रेजी एक डोकं न चालवणारा भुरटा चोर बनला होता! त्याच्या या स्वभावामुळे त्याच्या बाबतीत अजब अजब गोष्टी घडल्या, तर नवल नव्हतं. त्याच्या स्वभावातल्या 'गुणांमुळे' काय काय होऊ शकतं, याची कल्पना तुम्ही करू शकता. विनाशाकडे नेणाऱ्या स्वतःवील फाजील आत्मविश्वासामुळे रेजी कुठल्या खड्ड्यात पडला, ते तुम्हीच पाहा...

पहिल्यांदा रेजी पकडला गेला, तो बारमध्ये चोरी करण्याच्या अयशस्वी प्रयत्नानंतर. त्याचं असं झालं, रात्री बऱ्याच उशिरा, म्हणजे त्याच्या एरियातले बार बंद झाल्यावर रेजीला दारू प्यायची लहर आली. एखाद्या गोष्टीसाठी थांबायचं,

वाट बघायची हे रेजीच्या स्वभावात नव्हतं. लहर आली म्हणजे ती गोष्ट लगेच मिळाली पाहिजे. आता बार आधीच बंद झालेला. मग रेजीनं विचार केला, की दरवाजा तोडून आत जाऊ या. अर्थात, बारला सिक्युरिटी सिस्टीम होती, म्हणजे लॉक तोडल्यावर अलार्म झाला असता. अलार्म झाल्यावर पोलीस येईपर्यंत साधारण ३ ते ५ मिनिटं जातात. रेजीनं विचार केला, एवढ्या वेळात आत जाऊन हाताला लागेल ती बाटली घेऊन पळावं.

प्लॅन अगदी सरळ होता. एकच तर बाटली हवी होती. काम सहज झालं असतं. पण हा दुसरा कुणी नाही, तर रेजी होता. त्यामुळे साध्या प्लॅनचंही खोबरं व्हायला काही विशेष घडावं लागलं नसतं.

रेजीचे वडील नव्हते आणि आई ड्रग ॲडिक्ट होती. त्यामुळे चाईल्ड प्रोटेक्टिव्ह सर्व्हिसनं (लहान मुलांच्या संरक्षणासाठी असणारी सर्व्हिस) त्याला घरातून काढून फॉस्टर केअरमध्ये टाकलं. त्याचं डोकं नेहमीच भलतीकडं चालायचं आणि तो कुठल्या ना कुठल्या प्रॉब्लेममध्ये फसायचा. त्यामुळे त्याचे फॉस्टर पालक कंटाळून जात. मग तो एका घरातून दुसऱ्या घरात ढकलला जाई. त्याला कुणीही आपल्या घरात ठेऊन घ्यायला तयार नव्हतं, त्यामुळे शेवटी तो अठरा वर्षांचा होईपर्यंत त्याला फॉस्टर ग्रुप होममध्ये राहावं लागलं. त्याच्या खाण्यापिण्याची, राहण्याची काळजी घेतली गेली, पण कुणा पालकाचं प्रेम त्याला कधीच मिळालं नाही. असं म्हणता येईल, की रेजी आपला आपणच वाढला. त्याला मार्गदर्शन करायला कुणीच नव्हतं. रेजी थोडा मूर्ख होताच. कॉमन सेन्स नव्हताच म्हणा नं. आणि वर मॉरल कंपासही (नीतिमत्ता) थोडा हलला होता. या दोन्हींचा एकत्रित परिणाम म्हणजे रेजी एक भुरटा चोर बनला होता. आणि तोही साधासुधा भुरटा चोर नाही, तर आपल्याच कर्तृत्वाने आपल्याच पायावर धोंडा पाडून घेणारा, शेखचिल्ली टाइप, मूर्ख चोर! यामुळे त्याच्या बाबतीत अजब अजब गोष्टी घडल्या, तर नवल नव्हतं.

तुम्हाला रेजीची पार्श्वभूमी कळली. आपण पुन्हा बारच्या घटनेकडे येऊ या.

रेजीकडे त्याची नेहमीची हत्यारं होतीच. बारचं लॉक तर त्याने पटकन उघडलं, आणि मग दरवाजा उघडण्यासाठी त्याने स्वत:कडे ओढायला सुरुवात केली. अर्थात इकडे सिक्युरिटी अलार्मही सुरू झाला. रेजी दरवाजा ओढतोय, पण दरवाज्याला कुलूप नसूनही दरवाजा काही उघडेना. दोन मिनिटं झालीसुद्धा.

आता कुणी हुशार चोर असता, तर तिथून पळाला असता. पण हा रेजी होता. दरवाजा उघडत कसा नाही? त्याला अजूनच चेव चढला. पळून जाण्याऐवजी हट्टाला पेटून तो दरवाजा ओढतच राहिला. अर्थातच, पोलीस आले आणि रेजी पकडला गेला.

पोलिसांनी पकडल्यावर अर्थातच रेजीची जबानी घेतली आणि त्यांना हसावे की रडावे ते कळेना. सामान्य नागरिकांना सांगण्यासाठी असलेल्या त्यांच्याकडील मूर्ख गुन्हेगारांच्या गोष्टींच्या संग्रहात छान भर पडली.

दरवाजा उघडला नाही याचं कारण असं होतं, की तो उघडण्यासाठी आत ढकलायचा होता, बाहेर ओढायचा नव्हता. दारावर मोठ्या अक्षरात 'पुश' (PUSH) असे लिहिलं होतं. रेजीनं जर ते वाचलं असतं, तर तो पकडला गेला नसता. तात्पर्य काय, तर शक्तीऐवजी डोकं वापरलं असतं, तर रेजीला बाटलीही मिळाली असती आणि तो पकडलाही गेला नसता. पण जे रेजीकडं नव्हतंच ते तो कसं वापरणार? आणि मजा म्हणजे, हे सगळं कांड रेजीनं पूर्ण शुद्धीवर असताना दारू न पिताच केलं.

पोलीस म्हणाले, की सगळे चोर रेजीसारखे असतील, तर सिक्युरिटीवाल्यांना धंदाच उरणार नाही.

याच्याआधी रेजीनं दोन-चार छोट्या चोऱ्या केल्या होत्या, पण तो आधी पकडला गेला नव्हता. त्यामुळे हा त्याचा अधिकृत म्हणता येईल असा पहिलाच गुन्हा होता. रेजीला महिन्याभराच्या साध्या तुरुंगवासाची आणि सहा महिने कम्युनिटी सर्व्हिसची शिक्षा झाली.

महिन्याभराने तो तुरुंगातून बाहेर आला, पण त्याची कम्युनिटी सर्व्हिस अजून बाकी होती. कम्युनिटी सर्व्हिससाठी त्याला वेगवेगळी कामं नेमून देण्यात आली होती. जशी की, काही रेसिडेन्शियल भागांत स्वच्छता करणं, सूप किचनमध्ये (जिथे गरिबांना फुकट जेवण दिलं जातं तिथे) काम करणं, शहराच्या मधून जाणाऱ्या छोट्या नदीच्या पात्राच्या आजूबाजूला स्वच्छता करणं, इत्यादी. या सगळ्या कामांत त्याच्याबरोबर त्याच्याचसारखे शिक्षा झालेले आणखीही काही भुरटे चोर आणि किरकोळ गुन्हेगार होते. रेजीला खूप बडबड करायची सवय होती, त्यामुळे हे रेजीचे नवीन मित्र झाले यात काही नवल नव्हतं. रेजीला कुठल्या गोष्टीवरून फुशारक्या मारायच्या आणि कुठल्या गोष्टी स्वत:कडे ठेवायच्या याचा अर्थातच थोडाही पोच नव्हता. त्याने मोठ्या अभिमानानं तो कसा पकडला गेला हे सगळ्यांना सांगितलं.

यामुळे त्याच्या नवीन मित्रांचं मनोरंजन तर झालंच; पण त्याचं खूपच हसं झालं. रेजी येताना दिसला की हमखास एक तरी मित्र दरवाजा बाहेर ओढायची ॲक्शन करायचा आणि मग सगळे जण खो खो हसायचे.

'लहानपणी डोक्यावर पडला होतास का', 'देव अक्कल वाटत होता तेव्हा तू चाळणी घेऊन गेला होतास का' अशासारखे मान खाली घालायला लावणारे प्रश्नही त्याला विचारण्यात आले. इतकंच काय, तर कुणाला चोरीसाठी शुभेच्छा देण्यासाठी आता असं म्हटलं जाई, 'अरे बाबा, रेजी नको होऊस हं!'

सगळे त्याची इतकी खिल्ली उडवायला लागले की रेजीला हे खूपच अपमानास्पद वाटायला लागलं. त्याने विचार केला. 'आता या सगळ्यांना दाखवलंच पाहिजे मी किती हुशार आहे आणि मी काय करू शकतो ते.' अर्थातच त्याच्याकडे दुसरं कुठलंच कसब नसल्यानं त्याच्यापुढे एकच उपाय होता, या सर्वांची तोंडं बंद करण्यासाठी, एक तरी यशस्वी चोरी करायचीच.

या वेळी त्याने ठरवलं, की कुठल्या तरी घरात चोरी करू या. घराच्या दारावर 'पुश' किंवा 'पुल' लिहिलेलं नसतं, त्यामुळे गोंधळ उडण्याचा संभव कमी होता. तसंही त्याला कम्युनिटी सर्व्हिससाठी एका एरियात स्वच्छता करण्याचं काम दिलं होतं. तो तिथं बराच वेळ असायचा, त्यामुळे संशय न येता एखाद्या घरावर नजर ठेवणं सोपं होतं.

'मला सगळे 'मूर्ख, मूर्ख' म्हणतात नं, आता दाखवतोच की मी किती हुशार चोर आहे ते. असा मोठा हात मारतो नं, की सगळ्यांची तोंडं बंद होतील. एकदा का सगळ्यांना कळलं की मी किती कुशल चोर आहे ते, की ते मला त्यांच्या चोऱ्यांमध्ये मदत करण्यासाठी बोलावतील. काहीच दिवसांत माझी स्वत:ची टोळी होईल आणि मी त्याचा लीडर होईन.' रेजी स्वत:च्याच स्वप्नावर खूश झाला.

या वेळी त्याने नीट प्लॅन केला. एका घरावर नजर ठेवली. घरात कोण कोण आहे, त्यांच्या बाहेर जायच्या आणि परत यायच्या वेळा काय, किती वेळा बाहेर असतात वगैरे वगैरे. मग हा सर्व अभ्यास करून एक दिवस रेजीनं मागच्या अंगणातून घरात प्रवेश केला. या वेळी हुशारीनं त्याने पॉवरही बंद केली, जेणेकरून जर सिक्युरिटी अलार्म असेल, तर तो वाजणार नाही. घरात दहा मिनिटांच्या वर वेळ घालवायचा नाही असं त्याने आधीच ठरवलं होतं. त्यामुळे जे समोर दिसेल तेच तो उचलणार होता.

घरात त्याला एकदोन आयपॅड्स आणि काही छोट्या-मोठ्या गोष्टींशिवाय काही मिळालं नाही. पण महत्त्वाची गोष्ट ही होती की तो तिथून बाहेर पडला आणि पकडलाही गेला नाही.

या वेळी त्याच्यासाठी आपल्या इज्जतीचा फालुदा न होऊ देणं हे जास्त महत्त्वाचं होतं. आपण कुणाच्या तरी घरात शिरलो याचं प्रूफ म्हणून त्याने त्यांच्या खिडकीसमोर एक सेल्फीसुद्धा काढली. नशीब, फेसबुकवर टाकली नाही.

या वेळी रेजीने यशस्वीरीत्या चोरी करून दाखवल्यामुळं त्याचा आत्मविश्वास वाढला. चोरलेल्या वस्तू विकून त्याला थोडा पॉकेटमनीही मिळाला दारू-सिगारेटसाठी.

त्याची गेलेली इज्जत थोडी तरी परत आल्याने, त्याच्या खास मित्रमंडळींत त्याची उठबस परत सुरू झाली. आता त्याला थोडा आदरही मिळायला लागला. 'डोक्यावर पडला होतास का' असे प्रश्न न येता 'तू सिक्युरिटी सिस्टम कशी बंद केलीस', 'तुला कसं कळलं की त्या वेळी घरात नक्की कुणी नव्हतं', 'जर घरात कुणी असतं तर तू काय केलं असतंस' असे त्याच्या कौशल्याची तारीफ करणारे प्रश्न विचारण्यात येऊ लागले. आपल्या छोट्यामोठ्या चोऱ्यांचे प्लॅन्स सांगून इतर लोक त्याचा सल्लाही विचारायला लागले.

या सगळ्यांमुळे प्रफुल्लित होऊन रेजीनं आता दुसरा प्लॅन केला. या वेळी त्याने दुसऱ्या रस्त्यावरील घरावर नजर ठेवली.

अर्थात, एक चोरी यशस्वी झाली याचा अर्थ असा नाही, की रेजी अचानक हुशार झाला होता. आपल्याला हे लक्षात घ्यायला हवं, की तो मुळातच मूर्ख होता. त्याच्या इतकंही लक्षात आलं नाही, की जिथे कम्युनिटी सर्व्हिस करतोय, तिथे तरी चोरी करू नये. शिवाय, तो पॅरोलवर होता, म्हणजे नाही म्हटलं तरी त्याच्या हालचालींवर पोलिसांची नजर होतीच. त्या भागात एकदोन भुरट्या चोऱ्या झाल्याने पोलिसांनी लोकांना सावध केलं होतं. कुठलीही संशयास्पद हालचाल दिसली, तर लगेच ९११ला फोन करून पोलिसांना कळवा अशा सूचनाही दिल्या गेल्या होत्या. लोकांना आपल्या अंगणाकडे जाणारी गेट्स बंद ठेवण्याचा सल्लाही दिला गेला होता. एकूण काय, तर लोक जागृत होते आणि पोलीसही.

त्याच्या मित्रमंडळींकडून रेजीला या सर्वांची कुणकुण लागली होती. पोलिसांनी इशारे देऊनही अशी कित्येक घरं होती, की ज्यांची मागच्या अंगणाला जाणारी गेट्स उघडी होती. रेजीनं असंच एक घर हेरलं. या घरात शाळेत जाणारी दोन मुलं होती. त्यांची आई घरातच असायची. मुलांचे शाळेव्यतिरिक्त बरेच क्लासेस होते. त्यामुळे बाहेर जाण्यायेण्याच्या वेळा ठरावीक नव्हत्या. परत त्यांची कार गॅरेजमध्ये असायची. आता यशस्वी चोरी करण्यातल्या या काही अडचणी होत्या. रेजीला दुसरं एखादं सहजसोपं घर मिळालं असतं; पण त्याला दाखवायचं होतं ना लोकांना, की तो किती कुशल आहे. त्यामुळे त्याने हेच घर निवडलं आव्हान म्हणून.

या वेळी त्याने सावधगिरी म्हणून दुसरा प्रयोग करून बघायचं ठरवलं. आधी बेल मारून चेक करायचं, की घरात कुणी आहे की नाही. दार उघडलं नाही, तर मागच्या दारानं आत घुसायचं. आणि दार उघडलं तर 'हॅलो' म्हणून, त्यांना 'गार्डनर

हवा का' असं विचारायचं. रेजीला हेसुद्धा माहीत होतं की त्या घरात काम करायला माळी यायचा; त्यामुळे ते लोक नक्कीच नाही सांगणार. आणि समजा, त्यांनी 'हो' म्हटलं, तर त्यांना द्यायला रेजीनं एक खोटा फोन नंबरसुद्धा तयार ठेवला होता. परफेक्ट प्लॅन! रेजीला स्वतःचंच कौतुक वाटलं असा प्लॅन केल्याबद्दल.

एक दिवस रेजीनं घरात कुणी नाहीये याचा अंदाज बांधला आणि त्याच्या प्लॅनप्रमाणे त्याने दाराची बेल वाजवली. दार उघडायला कुणी आलं नाही.

त्याने परत एकदा बेल मारली, सावधगिरी म्हणून. दोन मिनिटं वाट बघूनही कुणी आलं नाही, तशी तो निश्चिंत मनानं गेट उघडून मागच्या अंगणात शिरला. त्याच्या निरीक्षणाप्रमाणे गेटला लॉक नव्हतं. आपल्या चांगल्या निरीक्षणाबद्दल त्याने स्वतःलाच दाद दिली. मागचं दार आतून बंद होतं. ते काचेचं असल्याने ते तोडण्यावाचून दुसरा कुठला पर्याय नव्हता. अर्थात तो यासाठी तयार होता.

त्याने खिशातून त्याची आवडती, छोटी हातोडी काढली. दारावर मारताच काच खळकन फुटली. अंगावर काचा पडायला नको म्हणून तो मागे सरकला. जरा जास्तच आवाज झाला म्हणून दचकला. कुणी ऐकलं तर नसेल ना, असा विचार करून तो काही क्षण कानोसा घेत थांबला. या वेळी तो कसलाही धोका पत्करणार नव्हता. काही हालचाल नव्हती. त्याने हातोडी दाराच्या बाजूला ठेवली, कारण दार उघडण्यासाठी त्याला दोन्ही हात मोकळे हवे होते. हातात जाड ग्लोव्ह्ज घातलेले असले, तरी तुटलेली काच हाताला लागू नये, म्हणून त्याने अगदी जपून हात आत घातला आणि दाराचा बोल्ट उघडला.

त्याने फॅमिली रूममध्ये पाय ठेवला आणि त्याला एकदम अॅड्रेनलिन रश जाणवला, ती भीतीमिश्रित एक्साइटमेंट! या सर्वात त्याने दाराच्या जवळ हातोडी ठेवली होती, ती तो विसरला. भलेही त्याने आत्ता ग्लोव्ह्ज घातले असतील, पण त्या हातोडीवर त्याच्या बोटांचे ठसे सगळीकडे होते आणि रेजीला एकदा शिक्षा झालेली असल्यानं त्याच्या बोटांचे ठसे पोलीस रेकॉर्डमध्ये होते. अर्थात, या सगळ्या गोष्टी जर त्याने लक्षात ठेवल्या असत्या, तर आपण त्याला रेजी थोडंच म्हटलं असतं!

घरात शिरताच त्याला छान डेकोरेट केलेलं ख्रिसमस ट्री दिसलं. इतकं मोठं ट्री! त्यावर खूप छान-छान, छोट्याछोट्या वस्तू लटकल्या होत्या. खाली गिफ्ट पेपरमधले बॉक्स होते. लहानपणी त्याच्या घरात कुणीच कधी ख्रिसमस ट्री ठेवलं नव्हतं. नंतर फॉस्टर होममध्ये ट्री होतं, पण ते इतकं छान नव्हतं. रेजीला त्याचं खूप अप्रूप वाटलं. लहानपणापासून ख्रिसमस ट्रीबरोबर त्याचा एकही फोटो नव्हता. त्याला राहवलं नाही. त्याने लगेच आपला फोन काढला आणि एक सेल्फी घेतली.

पोझ घेता घेता त्याचा तोल गेला आणि त्याने काउंटरचा आधार घेतला. तोल सावरता सावरता त्याने आपला फोन काउंटरवर ठेवला, हे तो विसरला.

घर दुमजली होतं. त्याने खाली एक चक्कर मारली. खाली उचलण्यासारख्या बऱ्याच गोष्टी होत्या. पण रेजीनं विचार केला, की वर बेडरूममध्ये जाऊन बघू या. घरात कुणी नाहीये याची खात्री झाल्यानं तो आता बिनधास्त झाला आणि धडधड जिने चढून वरती गेला.

दाराच्या समोरची पहिली बेडरूम उघडीच होती. तिथं त्याला समोरच काही इलेक्ट्रॉनिक्स वस्तू दिसल्या. त्या त्याने बरोबर आणलेल्या पिशवीत कोंबल्या.

दुसऱ्या बेडरूमचा दरवाजा बंद होता. त्याने दरवाजाचा नॉब फिरवला, दरवाज्याला आतून लॉक होतं. त्याला आश्चर्य वाटलं. रेजीच्या जागी दुसरं कुणी असतं, तर त्याला रूमचं दार आतून बंद असल्यावर संशय आला असता. पण हा रेजी होता. एव्हाना त्याचा आत्मविश्वास जरा जास्तच वाढला होता. त्यामुळं त्याने विचारही केला नाही. उलट त्याने दरवाजाला धक्के मारून दरवाजा उघडण्याचा प्रयत्न केला, तर आतून कुणीतरी मोठ्याने ओरडलं, "Go away. I have called the police."

आतून कुणाचा तरी आवाज ऐकून रेजी इतका सटपटला, की हातातली पिशवी त्याने खाली टाकली आणि तो धाडधाड जिने उतरून खाली आला. रस्त्यावर एकदोन जण त्यांचे कुत्रे फिरवत होते. त्या लोकांना आपला संशय येऊ नये म्हणून अंगणातून बाहेर पडल्यावर रेजी सावकाश चालायला लागला. चाल बदलली, तरी त्याची नजर चोरासारखी इकडेतिकडे भिरभिरत होती. त्याचा चेहरा भीतीने लाल झाला होता आणि कपाळाची शीर उडायला लागली होती. त्याच्या हृदयातली धडधड इतकी वाढली होती, की ती त्याला त्याच्याच कानांत ऐकू येत होती. कुणी जर त्याच्या चेहऱ्याकडे नीट पाहिलं असतं, तर काहीतरी गोलमाल आहे हे त्याला लगेच कळलं असतं. त्याची गाडी रस्त्याच्या टोकाला उभी केलेली होती. गाडीजवळ येईपर्यंत त्यानं मागं वळूनसुद्धा पाहिलं नाही. कारमध्ये बसल्यावर त्याने स्टिअरिंग व्हीलवर डोकं टेकलं आणि एक मोठा श्वास घेतला. त्याच्या पोटात अजूनही डुचमळत होतं.

पण असं झालंच कसं? मी बेल मारली, तेव्हा तर कुणीच आलं नाही. मी दार तोडलं तेव्हाही काहीच आवाज नव्हता. मग बेडरूममधून तो आवाज? ती बाई? कुठून आली अचानक? तो चक्रावला.

त्याचं असं झालं होतं. रजनी मुलांना शाळेतून घरी घेऊन आली. तिचा धाकटा मुलगा प्रीस्कूलमध्ये अक्षरशः मातीत लोळून आला होता; त्यामुळे ती त्याला अंघोळ घालायला बाथरूममध्ये घेऊन गेली. मोठा मुलगा तिच्याच बेडरूममध्ये रेंगाळत होता. पाण्याच्या आवाजात तिला बेलचा आणि दरवाजा

तोडण्याचा आवाज, दोन्ही ऐकू आले नाहीत. पण बाथरूममधून बाहेर आल्यावर तिला खाली कुणीतरी असल्याचं जाणवलं. मुलांना गप्प बसायला सांगून तिनं बेडरूमचा दरवाजा आतून लॉक करून टाकला. दोनच मिनिटांत तिची खात्री झाली आणि तिनं पोलिसांना फोन केला.

रेजी बाहेर पडला आणि काही मिनिटांतच पोलीसांची कार आली. रजनीच्या सूचनेप्रमाणे पोलीसही मागच्या दारानंच घरात शिरले. रजनी आणि मुलं अजूनही बेडरूममध्येच होती. पोलीसच आले आहेत याची खात्री पटल्यावर रजनी बाहेर आली. रेजीनं टाकलेली पिशवी बाहेरच पडली होती. त्यात तिच्या घरातल्या सगळ्या वस्तू होत्या; म्हणजे फुटलेल्या काचेशिवाय बाकी काही नुकसान झालेलं दिसत नव्हतं.

पोलिसांनी कुठे बोटांचे ठसे दिसतायत का पाहिलं, पण रेजीनं ग्लोव्हज घातले असल्याने त्याची शक्यता कमीच होती. दाराचं निरीक्षण करताना एका पोलिसाला दाराजवळ पडलेली रेजीची छोटी हातोडी दिसली. ती त्याने काळजीपूर्वक प्लास्टिकच्या पिशवीत भरली. पोलिसांना काउंटरवर एक सेलफोन दिसला. रजनीला विचारल्यानंतर तो फोन चोराचाच आहे याची त्यांना खात्री पटली. हा म्हणजे जॅकपॉटच होता. आधी हातोडी, आता फोन. रेजीच्या मूर्खपणावर आणखी एक शिक्का!

एका पोलिसानं फोन ऑन केला आणि स्क्रीनवर रेजीचा फोटो झळकला. फोनला मोठ्या हुशारीनं रेजीनं पासवर्ड टाकला होता आणि त्याचबरोबर स्क्रीनसेव्हर म्हणून स्वत:चा फोटो. पोलीस हे बघून खो-खो हसायला लागला. रेजीच्या मूर्खपणाची एकेक लिमिट क्रॉस होत होती. आता स्वत:चा नंबर त्याने 'रेजी चोर' असा सेव्ह केला नसला म्हणजे मिळवलं.

पोलिसांची आता मस्त करमणूक होत होती. त्यांच्याकडे त्याचा फोटो होता, हातोडीवर बोटाचे ठसे असण्याची शक्यता होतीच. पोलिसांना त्याचा माग काढणं बिलकूल कठीण नव्हतं. पण त्यांना तितकेही कष्ट घ्यावे लागले नाहीत. आज त्यांचं नशीब जोरावर होतं. अचानक फोनची रिंग वाजली. फोन आल्यामुळे पोलिसानं तो घेतला. आता त्याला पासवर्डची गरज नव्हती.

'बिंगो!'

रेजीची एका तासात डेंटिस्टची अपॉइण्टमेन्ट होती आणि त्याचंच रिमाइंडर फोनवर आलं होतं. पोलिसांनी पत्ता कन्फर्म करून घेतला. रेजी तिथं जाण्याचा धोका पत्करेल याची त्यांना खात्री नव्हती. पण बाकी काही करण्याआधी हा चान्स घ्यावा, असं त्यांनी ठरवलं.

इकडे रेजीनं कार सुरू केली. त्याला त्या एरियापासून जितके दूर जाता येईल, तितकं दूर जायचं होतं. इतक्यात त्याच्या दातातून प्रचंड कळ आली. त्याचा दात काही दिवस दुखत होता आणि तो एकामागून एक गोळ्या घेऊन त्याच्या वेदना कमी करत होता. पण पेनकिलरचा प्रभाव संपला, की दात परत दुखायला लागायचा. आत्ताही तसंच झालं. दात दुखायला लागला आणि त्याला आठवलं, की त्याची डेंटिस्टची अपॉइंटमेंट होती. म्हणून तर त्याने चोरीचा प्लॅन त्याच्या आधी उरकेल अशी व्यवस्था केली होती. रेजीच्या जागी दुसरा कुणी असता, तर डेंटिस्टकडे जाण्याआधी त्याने दहा वेळा विचार केला असता. पण पोलिसांना त्याच्या अपॉइण्टमेन्टबद्दल काही कळलं असावं, असं रेजीच्या डोक्यातही आलं नाही. जरी तो फोन विसरला होता, तरी त्याला पासवर्ड असल्यानं पोलीस तो इतक्या लवकर वापरणार नाहीत याची त्याला खात्री होती. त्यामुळे त्याच्या कॅलेंडरमधली डेंटिस्टची अपॉइंटमेंट त्यांना नक्कीच दिसली नसती.

दुसरं म्हणजे, बरेच दिवस त्याचा दात दुखत होता, आणि ही अपॉइंटमेंट त्याला मोठ्या मुश्किलीने मिळाली होती. त्यामुळे काहीही करून त्याला ती चुकवायची नव्हती. आता आपण तुरुंगात नक्कीच जाणार याची त्याला खात्री होतीच. त्यामुळे आत जाण्याआधी निदान दातांची ट्रीटमेंट झाली तर बरं, असा त्याने विचार केला आणि तो डेंटिस्टकडे पोहोचला.

आता पुढची गोष्ट तुम्हाला सांगायची गरजच नाही. इतकंच की या वेळीही काहीही न चोरता, केवळ दुसरा गुन्हा असल्यानं रेजी बऱ्याच महिन्यांसाठी आत गेला.

त्याच्या एका चोरमित्रानं नुकतंच रेजीच्या अनुभवांवर आधारित 'यशस्वी चोरी करताना टाळण्याच्या चुका' असं पुस्तक प्रकाशित केलं. बाकीचे मित्र आता रेजी बाहेर येऊन परत कोणता मूर्खपणा करेल, याबद्दल वेगवेगळ्या रक्कमेच्या पैजा लावत स्वतःचं मनोरंजन करतायत.

आपली आपली बेटं!

माणूस समाजशील प्राणी आहे, हे आपण शाळेत शिकलो. पण समाजशील म्हणजे नेमकं काय? समाजात राहण्यास लायक की समाजाभिमुख? आपल्या आजूबाजूला नजर फिरवली तर अनेक माणसं समाजशीलतेच्या कोणत्याच व्याख्येत न बसणारी आहेत, असं दिसतं. समाजाचं सोडा, आपल्याच घरात काय चाललंय, कोणाचं काय दुखतंय, कोणाला काय खुपतंय, याचा पत्ता कित्येकदा कितीतरी कुटुंबांत नसतो. असं घडण्यासाठी बऱ्याचदा कारणीभूत ठरणाऱ्या सोशल मीडियाची गत 'असेल तर सूत, आणि बऱ्याचदा भूत' अशी आहे. पूर्णपणे त्याच्याशी फटकूनही राहता येत नाही, बेसावधपणे जरा जवळ गेलो, की त्याच्या मोहमयी दुनियेत हरवलोच म्हणून समजा... सोशल मीडियाचा प्रादुर्भाव सध्या प्रचंड वाढलाय. आपली सकाळ होते व्हॉट्सअ‍ॅपवर आणि रात्र होते फेसबुकवर. सतत लोकांशी जोडलेले असूनही आपण आपल्याच कोशात गुरफुटलेले असतो. या कथेतल्या आजी आजोबांचं काही वेगळं नव्हतं; पण एक दिवस...

"अगं, बाजूला हो. मला टीव्ही दिसत नाहीये."
"अहो आजी, थांबा की जरा. तुमचा चहा आणलाय."

''बाजूला ठेव. अगं, आत्ता तो अनी रियाला प्रपोज करणारे. बस इथे, बघून घे की इतकं,'' आजी उत्तेजित होऊन हातवारे करायला लागल्या.

''आजी, मी इथं बसले तर काम कोण करणार? वहिनी आताच आल्यात बँकेतून. त्यांनाही कॉफी हवी आहे. त्या 'दिल मिल गये' बघतायत.''

पण आजींचं लक्ष होतं कुठं सुमनच्या बोलण्याकडं. त्या 'जातेस कुठे?' बघण्यात पूर्णपणे बुडाल्या होत्या. आणि अर्थातच त्या चहाबद्दल पूर्णपणे विसरल्या.

''अगं सुमन, चहा अगदी थंड झालाय. गरम करतेस जरा? पूजा आली का गं?'' आजी टीव्हीसमोरूनच ओरडल्या. सुमनने वहिनी आल्याचं सांगितलं, ते त्यांनी ऐकलंच नव्हतं.

सुमनने चहा गरम करून आणला आणि आजींच्या हातातच दिला.

''लगेच घ्या, नाहीतर तुमचं 'दिवा लाव' सुरू होईल, आणि पुन्हा विसराल.''

''अगं, बस तर दोन मिनिटं. बघ कशी तुळशीची पूजा करतेय ती. नाही तर तुम्ही आज कालच्या मुली, तुळस माहिती तरी आहे का?'' आजींच्या चेहऱ्यावर कौतुक नुसतं ओथंबत होतं.

''अगं, मुंबईत राहणारी माणसं आपण. तू तरी कधी तुळस पुजलीस गं?'' आजोबा गालातल्या गालात हसत म्हणाले.

''तुम्ही गप्प बसा हो. तुम्हाला काय माहितेय तुळस पुजण्याचं महत्त्व. आपले संस्कार आहेत ते. किती पवित्र वाटतंय तिला पूजा करताना बघून!'' सीरियल आता आजींच्या अंगात आली होती.

''इतक्या सीरियल्स बघतेस. या सगळ्या सीरियल्समधल्या बायका कशी नवऱ्याची पूजा करतात, आणि तू बघ कशी हिडीसफिडीस करतेस मला. तूसुद्धा काहीतरी तर शीक ना,'' आजोबा म्हणाले. आजींना कसं चिडवायचं हे त्यांना नक्कीच माहीत होतं.

''त्या सीरियलमधले नवरे काय, एका एपिसोडपुरते. माझ्यासारखं तुम्हाला पन्नास वर्षं सांभाळावं लागलं असतं, तर विचार केला असता पूजा करताना.'' एका क्षणापूर्वी सीरियलमध्ये संस्कृती कशी जपली जाते याचं प्रवचन देणाऱ्या आजींनी सूर एकदम बदलला. आजोबा हसायला लागल्यामुळे आजींना अजूनच राग आला.

झाली जुगलबंदी सुरू! डोक्याला हात लावत सुमन आपल्या कामाला निघून गेली. सुमनला 'जातेस कुठे?' आणि 'दिल मिल गये' या दोन्हींतही इंटरेस्ट नव्हता. तिची सीरियल होती 'सर्वस्वी तुझी'. ती रात्री आठला यायची. त्यामुळे आठ ते साडेआठ सुमन टीव्हीसमोरून हलणं जवळजवळ अशक्यच. त्या वेळी तिच्याशी बोलण्याची तिच्या नवऱ्याचीही हिंमत नव्हती.

पूजाच्या रूममध्ये दुसरीच कथा सुरू होती. बँकेतून आल्याआल्या ती 'दिल मिल गये' बघायची. घरातलं दुसरं काम सुरू करण्याआधीचा हा तिचा विरंगुळा होता. आज टीव्हीवर सिमरन भजी तळत होती. सासू, सासरे, मोठी जाऊ, लहान जाऊ, त्यांची पिल्लावळ, हे सगळे एका टेबलवर बसून, हसत-खेळत भजी खात होते. त्यांना असं एकत्र बसलेलं बघून पूजाला भरून आलं. नाहीतर आपल्या घरात, संध्याकाळचं जेवणही बरोबर होत नाही. पण हे दुःख दोनच मिनिटं टिकलं. कारण आता स्क्रीनवरच्या त्या भजीचा वास पूजाच्या नाकात गेला होता.

''सुमन, जरा कांद्याची मस्त खमंग भजी तळ बरं. आज खावीशी वाटतायत.''

''हो, पूजावहिनी, किती करू?''

''सगळ्यांसाठीच कर. केतकीसुद्धा येईलच इतक्यात कॉलेजमधून.''

''करते लगेच. चहाही परत करू का?'' सुमननं विचारलं.''

''नेकी और पूछ पूछ!'' चहा न् भज्यांच्या विचाराने पूजा एकदम मूडमध्ये आली.

एक बरं होतं की सीरियल्समधल्या वफादार नोकरांसारखी सुमनसुद्धा घरातल्या लोकांच्या आनंदात आनंद मानणारी होती. भजीचा आनंद तर सगळ्यांनी एकत्र वाटायला काहीच हरकत नव्हती. सुमननं लगेच भजी तळली.

''वाह, भजी?'' आजोबांनी आयपॅड बाजूला ठेवत म्हटलं.

''हो, पूजावहिनींनी करायला सांगितली.''

''असं का? कुठल्या सीरियलमध्ये पाहिली?'' आजोबा.

एव्हाना घरातल्या अचानक ठरलेल्या मेनूला कुठली तरी सीरियल कारणीभूत असते हे आजोबांच्या लक्षात आलं होतं. भोपळ्याचे घारगे, गुलाबजाम, मेथीचे ठेपले, कोफ्ता करी असे कुठलेही पदार्थ अवेळी खायला मिळाले, की समजायचं, कुठल्या तरी सीरियलमध्ये घरातल्या कुणीतरी पाहिले.

आजोबांना सीरियल्समध्ये इंटरेस्ट नव्हता. त्यांचा जीव आयपॅडमध्ये. त्यात कधीही, काहीही बघता येण्याचं स्वातंत्र्य होतं. त्यामुळे त्यांचं डोकं कायम आयपॅड मध्ये. आयपॅडवर यूट्यूबमध्ये कमलाआंटीच्या रेसिपीज बघताना त्यांनाही तसंच वाटायचं; हे खावं, ते खावं.

आजींना स्वयंपाकात 'जरुरी आहे म्हणून करणं' इतकाच रस होता. पूर्वी त्या स्वतः जेव्हा स्वयंपाक करायच्या, तेव्हा कधीतरी नवीन पदार्थ शिकायच्या; पण आजकाल सगळी भिस्त सुमनवरच होती. कमलाआंटीकडे बघताना आजोबांना कधीकधी कुठेतरी सूक्ष्म वेदनाही जाणवायची.

'अशीच माझी बायको असती सुगरण सुगृहिणी, आम्हीही झालो असतो ...'

अर्थात दुसऱ्या वाक्याला यमक न सुचून गाडी अडकायची.

आजोबांना मात्र नवीन प्रयोग करायची आवड होती; त्यामुळे लहर आली की ते एखाददुसरा नवीन पदार्थ करत आणि त्यात कमलाआंटीमुळे भरच पडली होती. कमलाआंटी हे आजोबांचं गुप्त प्रेम प्रकरणच होतं म्हणा ना. पदार्थ शिकण्याच्या नावाखाली ते कमलाआंटीना डोळे भरून बघायचे, अर्थात व्हिडिओतून. आजींना अर्थातच कमला प्रकरण माहीत नव्हतं आणि नवीन पदार्थ आयते खायला मिळाले, तर त्याच्या पलीकडे काही जाणून घेण्यात त्यांना इंटरेस्टही नव्हता. या वयात आजोबा व्हिडिओ बघण्यापलीकडे जास्त काही करू शकत नाहीत याचीही त्यांना खात्री होती. तसे त्यांचेही काही हिरो होतेच ना, सीरियलमधून त्यांना रोज भेटायला येणारे. त्यामुळे या वयात त्यांनी 'जगा आणि जगू द्या' असंच धोरण ठेवलं होतं.

"भजी? अगं किती ट्रान्सफॅट्स असतात त्यात?" इति आजी.

"अहो आजी, दोन भजी खाऊन पाहा की. त्याने काय होतंय," इति सुमन.

'नको नको' म्हणत आजी बशी बाजूला सरकवणार तितक्यात पूजा खोलीत येत म्हणाली, "अगं आई, मीच करायला सांगितलीत. आपली 'बेभरवशाची नाती' सीरियल येतेय की, ती बघताना दोघी मिळून खाऊ. नंतर जाऊ फिरायला बाहेर."

पूजा सासूला 'अगं आई'च म्हणायची. पूजा लग्न होऊन आली तेव्हाच सीरियलमधल्या दिलदार सासूप्रमाणे आजींनी तिला सांगितलं, "मला मुलगी नाही आणि तू माझी एकुलती एक सून. त्यामुळे तूच माझी मुलगी. मला 'आई'च म्हण. अगं आई." पूजानेही सीरियलमधल्या आदर्श सूनेप्रमाणे लगेच सासूची आज्ञा मानली. इतकी वर्षं छोट्यामोठ्या कुरबुरी सोडल्या, तर एकमेकींना स्वतःचं अस्तित्व जपण्याची मुभा दिल्यानं दोघींचं ठीक चाललं होतं.

"बरं, असं म्हणतेस? ये बस." आजींनी थोडी जागा केली. ही एक सीरियल दोघी मनापासून एकत्र बघायच्या. कधी पूजाला घरी यायला उशीर झाला आणि सीरियल एकत्र बघितली नाही, तर दोघींनाही चुकल्याचुकल्यासारखं व्हायचं. सीरियलमुळे होणारं बॉंडिंग खरं तर बरं होतं. यात काही वैयक्तिक वादविवादांना जागा नव्हती; कारण सीरियलमध्ये बुडालेलं असताना एकमेकांशी बोलण्याचा प्रश्नच नव्हता आणि सीरियल चालू असताना किंवा संपल्यावर सीरियलमधली पात्रांना एकतर शिव्या देणं किंवा त्यांचं कौतुक करणं या दोन्ही प्रकारच्या संवादांत विसंवाद होण्याची शक्यता फारच कमी होती.

आजही तसंच झालं. अमरने अमृताचा परत अपमान केला आणि तरी अमृता त्याच्यासमोर गोंडा घोळत गेली हे बघून दोघींनीही अमरला त्याच्या खतरूडपणाबद्दल आणि अमृताला स्वाभिमान नसल्याबद्दल मनसोक्त शिव्या घातल्या.

बेभरवशाची नाती बघताना पुढ्यातली भज्यांची प्लेट कधी संपली, सुमनने

बशीत अजून भजी कधी घातली आणि ती पोटात कधी गेली ते दोघींनाही कळलं नाही. मघाशी ट्रान्सफॅट्स आहेत म्हणून भजी नको म्हणणाऱ्या आजींनी आता दहा तरी भजी सहज खाल्ली असतील.

आजोबांनीही कमलाआंटीच्या रेसिपीज बघत भजीचा आस्वाद घेतला. काही आवडलेल्या रेसिपीज 'नंतर करून बघू' म्हणत प्लेलिस्टमध्ये टाकल्या.

सीरियल संपते न संपते तितक्यात बेल वाजली.

'केतकीच असणार' म्हणत पूजा आणि आजी दोघी बाहेर आल्या.

''काय कटकट आहे? लोकलला इतकी गर्दी ना! नुसतं चिकचिक झालंय. मी आधी अंघोळ करते.''

केतकी आत्ताच कॉलेजला जायला लागली होती. कॉलेज दुपारचं असल्याने संध्याकाळी तुफान गर्दीतून घरी परत येताना ती नेहमीच वैतागलेली असायची. अंघोळ करून केतकी बाहेर आली तशी पूजाने भजीची प्लेट आणून तिच्यासमोर ठेवली.

''आई, हे काय? मी असं फॅटी फूड खात नाही. मला आपलं ओटमील दे.''

''कसलं फॅटी फूड? तुझ्या वयाला सगळं खाऊन चालतं. खा आणि दोनचार जिने चढ.''

''नको गं, तुम्हीही नका खाऊ. असलं फॅटी फूड खाऊन कोलेस्टेरॉल वाढायचं तुमचं. सुमनमावशी, उद्यापासून कुणीही सांगितलं, तरी असले पदार्थ घरात करू नकोस. उगीच सगळ्यांच्या तब्येती बिघडायच्या. आणि प्लीज, माझं ओटमील आणतेस का?''

पूजा हिरमुसली. तिच्या डोळ्यांसमोर 'दिल मिल गये'ची भज्यांची आनंदी पंगत आली. सगळे कसे छान खात होते, नाहीतर इथे! राहुल तर उशिराच येणार.

'एकत्र खात नाही, तर निदान बोलू या तरी' असा विचार करून ती केतकीसमोर खुर्ची ओढून बसली. केतकीचं डोकं पूर्णपणे फोनमध्ये होतं आणि दोन्ही अंगठे सफाईने टाईप करत होते.

'एवढ्या वेगानं काय टाईप करतेय ही? मला अजूनही बघून बघून, तेही एका बोटानं टाईप करावं लागतं,' पूजाच्या मनातला विचार.

''केतकी, कसा गेला दिवस?''

''ठीक,'' केतकीने फोनमधून डोकं वर न काढताच म्हटलं.

''काय झालं कॉलेजमध्ये?'' पूजा.

''काही नाही,'' केतकी.

''मग इतकी का वैतागली होतीस? अन् तो फोन जरा बाजूला ठेवतेस का?'' पूजा.

''अगं, इतकी गर्दी! तासभर मला फोन बघताही नाही आला. आत्ता बघायला

सुरुवात केली आणि तू म्हणतेस मी फोन बाजूला ठेव म्हणून. नंतर बोलू की,'' केतकी अजूनही वैतागलेलीच.

''थोडा वेळ फोन नाही बघितला, तर इतकं काय?'' आजी.

''अगं आजी, तुला नाही कळणार गं. तासभर फोन नाही घेतला तर किती गोष्टी मिस केल्या मी व्हॉट्सअॅप, इन्स्टाग्राम आणि ट्विटरवर. मी ट्रेनमध्ये चढताना मितालीने पोस्ट केलं 'fought with Rohan' आणि उतरेपर्यंत तिचं स्टेटस 'सिंगल', आणि दुसरं पोस्ट 'broke up with Rohan.' आत्ता तिच्याशीच चॅट करतेय. काय झालं ते मला कळायला हवं ना.''

'आमच्या वेळी असं नव्हतं. बॉयफ्रेंड ही संकल्पनाही नव्हती. प्रियकर असू शकायचा शंभरातून एखादीला आणि नाही तर नवराच. असं एका भांडणात नातं तुटणं आणि त्याबद्दल जगाला सांगणं, हे कधी होऊ शकेल याची आम्ही कल्पनाही केली नव्हती.' आजीच्या डोक्यातले मूक संवाद.

'आमच्या वेळी असं काही नव्हतं. बॉयफ्रेंड असायचे, पण जवळच्या काही मैत्रिणींशिवाय कुणाला त्यांचं अस्तित्व माहीतही नसायचं. अशा चर्चा उघडपणे होतील असं कधी वाटलंसुद्धा नव्हतं. कुणीतरी म्हटलंच आहे, की आजकाल जगणं हे जगणं नाही, जोपर्यंत त्याचा सार्वत्रिक गाजावाजा होत नाही. (Life is not life, if it is not shared with everyone.)' पूजाच्या डोक्यातले मूक संवाद.

फोनमधलं डोकं वर न काढणाऱ्या केतकीबरोबरच्या दहा मिनिटांच्या संवादानंतर कंटाळून पूजाने मग आपलं डोकं फोनमध्ये घातलं. तिचे व्हॉट्सअॅपवर बरेच ॲक्टिव्ह ग्रुप्स होते. 'दिवसा बँकेत कुणाशी बोलायला वेळ मिळत नाही, त्यामुळे आत्ता कॅचअप केलेलं बरं.' पाचच मिनिटांत ती व्हॉट्सअॅपवर आवडलेल्या जोक्सना लाईक करण्यात, न आवडलेल्या फॉर्वर्ड्सना डिलीट करण्यात बुडून गेली. आता केतकी आणि ती एकाच सोफ्यावर बसून पूर्णपणे वेगवेगळ्या विश्वांत रंगून गेल्या होत्या.

आजी आणि आजोबा गेले गच्चीवर फिरायला अर्ध्या तासासाठी. पूर्ण दिवसभरातील त्यांचा इतकाच स्क्रीन-फ्री वेळ होता.

आजीआजोबा फिरून आले, की संध्याकाळचं घरातलं दृश्य काहीसं असं असायचं. केतकी आणि पूजा आपापल्या फोनमध्ये असायच्या. आजी कॉम्प्युटरच्या आणि टीव्हीमध्ये नाचत असायच्या. टीव्हीवर बरी सीरियल असली की लक्ष टीव्हीकडे. मध्ये जाहिराती आल्या किंवा अगदीच काही नसेल बघायला, तर कॉम्प्युटरवर बसायचं; तो असतोच चालू चोवीस तास. आजोबा आयपॅडला चिकटलेले. राहुल

घरात शिरायचा तो फोन कानाशी लावूनच. नेहमीच त्याचे ऑफिसचे कॉन्फरन्स कॉल्स. बऱ्याचदा त्याचं जेवणही एका हातात फोन घेऊनच व्हायचं.

थोडक्यात काय, तर मेलोड्रामॅटिक हिंदी किंवा मराठी सीरियल्सप्रमाणे घरात काहीही घडणं अशक्य होतं. एकमेकांत फारसे संवादच नसल्याने सीरियल्समधले बेबनावही नव्हते, आणि गळ्यात गळे घालून दाखवण्याचं प्रेमही नव्हतं.

✠✠✠

''राहुल, एकदम अंधार कसा काय झाला?'' आजोबा अंधारात चाचपडत लिव्हिंग रूममध्ये आले. एकदम झोपेतून उठल्यामुळे त्यांना थोडं भरकटल्यासारखं झालं होतं.

''बाबा, तुम्ही इथे खुर्चीवर बसा. उगीचच इकडेतिकडे फिरून धडपडू नका. पूजा मेणबत्त्या शोधतेय. मी टॉर्च घेऊन खाली जातोय.

''पूजा, आईला अंधारात फिरू देऊ नकोस. तिला आधीच रात्रीचं नीट दिसत नाही, उगीचच धडपडेल.''

''हो रे, तू आधी खाली जा. बघ काय झालंय. आधीच इतकं उकडतंय, आणि त्यात आता लाईटही नाहीत. मेणबत्त्याही सापडत नाहीयेत,'' पूजा मेणबत्त्या शोधता शोधता बडबडत होती. मुंबईत लाईट क्वचितच जाणार, त्यामुळे अर्थातच, घरात मेणबत्त्या असल्या आणि त्या गरजेच्या वेळी जागेवर सापडल्या, तर आश्चर्यच.

✠✠✠

राहुल घरी परत आला तो सीरियस न्यूज घेऊनच. म्हणाला, ''तिन्ही बिल्डिंगजच्या वायर्स शॉर्टसर्किटमुळे जळल्या आहेत. ट्रान्सफॉर्मर उडाल्यामुळे कॉमन एरियाची वीजही गेली आहे. इलेक्ट्रिक कंपनीचे लोक ट्रान्सफॉर्मर उद्यापर्यंत दुरुस्त करणार आहेत, पण आपल्या बिल्डिंगचं वायरिंग बदलल्याशिवाय काहीच सुरू होणार नाही. शिवाय, आज शनिवार; म्हणजे आणखी कमीत कमी दोन दिवस तरी आपल्याला असेच काढावे लागणार असं दिसतंय. तेसुद्धा जर रविवारी लोक काम करायला आले तर!''

घर पहिल्या मजल्यावर होतं, म्हणून लिफ्ट नसली तरी चालून जाईल. पण पहिला मजला, त्यामुळे वारा नाही. एक तर भयंकर उकडत होतं आणि त्यात आता

पंखाही नाही. मुंबईत पंख्याशिवाय दहा मिनिटंही राहणं अशक्य होतं आणि आता दोन दिवस? काय होणार कोण जाणे?

''बरं, आता तीन वाजलेत. सगळ्यांनी झोपा. खिडक्या पूर्ण उघडा, म्हणजे थोडं तरी बरं वाटेल. उठल्यावर बघू काय करायचं. थोडीतरी झोप होऊ दे,'' पूजा म्हणाली.

''हवं तर जाळीचा दरवाजा बंद करून आतला दरवाजा उघडा ठेवू या का?'' राहुलच्या या प्रस्तावाला सगळ्यांनी कडाडून विरोध केला. हा प्रश्न सुरक्षेचा होता. अंधारात कुणी आत घुसलं तर?

सगळे झोपायला जाणार तितक्यात डोळे चोळत केतकी बाहेर आली.

''एसी कुणी बंद केला?''

''धन्य आहे हो तुझी. इतकं रामायण झालं, आणि 'रामाची सीता कोण' ते विचारतेय,'' आजींनी तिला नमस्कार केला.

''सीतेचा आणि एसीचा काय संबंध?'' केतकी अर्धवट झोपेत असल्याने अजूनच गोंधळली.

''चल, तुला सांगते. आई, बाबा, तुम्ही दोघं झोपायला जा,'' केतकीच्या हाताला धरून पूजा तिला तिच्या खोलीत घेऊन गेली.

पाच मिनिटांत केतकीच्या ओरडण्याचा आवाज आला तेव्हा इतरांना कळलं, की केतकी आता जागी झालीय आणि तिला धक्का बसलाय.

✠✠✠

सकाळ नेहमीप्रमाणे उजाडली, पण इलेक्ट्रिसिटीशिवाय. शनिवार असल्याने पूजा, राहुल कामाला आणि केतकी कॉलेजला जाणारच होते. पण आज नवीन लाईफस्टाइल होती.

गिझर नाही, म्हणजे गॅसवर पाणी तापवणं. शिवाय सकाळचा नाश्ता, तो करणं तर भागच होतं. दुपारचं जेवण तिघे बाहेरच करणार होते. आजी-आजोबांना आजकाल बाहेरचं खाणं सहन होत नसे; त्यामुळे त्यांच्यासाठी नंतर काहीतरी करावं लागलंच असतं. अगदी साधं करायचं तरी सर्कस होतीच. शेवटी चारपैकी दोन बर्नर्सवर पाणी, दोन बर्नर्सवर स्वयंपाक अशी व्यवस्था झाली. दोन दिवस मिक्सर नाही, म्हणजे खोबऱ्याचं वाटण, रस्साभाज्या, चटण्या या गोष्टी बादच होत्या.

गुरखा सांगून गेला, की वीज नसल्याने टाकीत पाणी चढणार नाही. त्यामुळे पाणी जपून वापरावं लागणार होतं. सर्वात अडचणीची गोष्ट म्हणजे, फ्रीज बंद असणं. मुंबईत भर जुलैमध्ये फ्रीज नाही, म्हणजे दूध-दह्याचं काय होणार, देवच जाणे.

एकूण काय back to basics.

✠✠✠

चहा नाश्ता झाला. बाहेर जाणाऱ्यांच्या अंघोळी एकेक तांब्यात झाल्या.

''आई, तुला माहितेय, आज मला उशीर होईल यायला. रात्रीच्या जेवणाचं काय करायचं ते मी बघते हं. उगीचच अंधारात काहीतरी करत नको बसू. राहुल आणि केतकी, तुम्हीही अंधाराच्या आत घरी या. नाहीतर जिने चढायला प्रॉब्लेम, एकच मजला असला तरी,'' जाताना पूजा म्हणाली.

तिघे घराबाहेर पडले आणि आजींना मोठा प्रश्न पडला. वीज नाही, इंटरनेट नाही, टीव्ही नाही, रेडिओही नाही; दिवस आज संपणार कसा? हे म्हणजे अगदी पुरातन काळात जाऊन पोहोचल्यासारखं होतं. आजींचा हात राहून राहून कॉम्प्युटरकडे जात होता. दारुड्यानं दारू नाही प्यायची असं कितीही ठरवलं, तरी त्याचे हात आणि डोळे दारूला शोधतात, तसं काहीसं आजींचं झालं होतं.

तितक्यात आजोबा सकाळची फेरी मारून आले. आयपॅडकडे बघायचं नाही, म्हणून त्यांनी आज जरा लांबचा फेरा घेतला. म्हणजे आयपॅड दिसलाच नाही, तर त्याची कमी जाणवणार नाही, अशी काहीशी आशा होती त्यांना. त्यांच्या हातात बरंच सामान होतं. त्यांनी घरात पाऊल टाकल्या टाकल्या आजी ओरडल्या, ''आजोबा, सोनचाफा, मोगरा की दोन्ही?''

''अगं, इतकी एक्साइटमेंट! शांत हो, दोन्ही आणली आहेत.''

''कित्ती वर्षांनी तुम्ही फुलं आणली आहेत?''

''अगं, किती वर्षांनी या वेळी बाहेर गेलो फिरायला! केतकीला शाळेत सोडणं बंद केल्यापासून या वेळी बाहेर कुठे गेलोय मी? फुलवाल्याकडे ताजी फुलं बघितली आणि राहवलंच नाही.''

दोन्ही हातांच्या ओंजळीत मोगऱ्याची फुले घेऊन आजींनी त्यांचा श्वास भरून वास घेतला. मग आत जाऊन सिरॅमिक्सचा, त्यांचा आवडता, पसरट बाऊल आणला आणि त्यात पाणी ओतलं. मग त्यांनी हलक्या हातांनी त्यात सोनचाफ्याची फुलं सोडली. त्यांच्याभोवती मग त्यांनी मोगऱ्याची फुलं मांडली. आज वेळच वेळ होता, त्यामुळे त्यांनी मन लावून फुलांची आरास केली.

मग त्यांना चहाची तल्लफ आली.

''बरं, चहा हवाय का?''

''हवाय, पण आज मी करेन. माझा स्पेशल चहा,'' इति आजोबा.

''चहा करा तुम्ही, पण मी काय करू? मला आत्ताच कंटाळा आलाय,'' आजी तक्रारीच्या सुरात म्हणाल्या.

''काळजी नको. हे बघ सरप्राईज,'' आजोबांनी पिशवीतून वर्तमानपत्रं काढली. एक नाही तर चार वर्तमानपत्रं. दोन मराठी आणि दोन इंग्लिश.

''अय्या, न्यूजपेपर!'' आजींना जणू हर्षवायू झाला.

गेली दोनतीन वर्षं घरात वर्तमानपत्रं बंदच होती.

फोन, टॅबलेट आणि कॉम्पुटर सगळंच असल्यानं बातम्या कुठे वाचायच्या हा प्रश्नच नव्हता. दिवसभरात ताज्या बातम्या तर मिळतातच आणि त्या कधीही आणि कुठेही वाचता येण्याच्या सोयीमुळे आजकाल वर्तमानपत्रांची गरज कुणालाच वाटत नव्हती. सवयीची मजा अशी असते, की कधीकधी आपल्याकडे चॉइस आहे, हे आपण विसरूनच जातो. आजींचं काहीसं तसंच झालं. पेपर वाचता न आल्याने त्या सकाळपासून बेचैन होत्या. पण पेपर विकत आणून वाचता येतो, हे त्यांच्या लक्षातही आलं नाही.

''चहा तयार.''

पेपर वाचण्यात गुंगलेल्या आजी दचकल्या. चहाचा चक्क सुगंध सुटला होता.

चहा घेताना घरात उकडत होतं, म्हणून दोघे कितीतरी वर्षांनी बाल्कनीत बसले. नाहीतर आजकाल, हातात चहा आणि डोळ्यांसमोर कॉम्प्युटर असायचा आणि संवाद शून्य.

''किती बदललंय सगळं!'' आजी म्हणाल्या.

''पूर्वी इथे बसलं, की ते समोरचे डोंगर दिसायचे. दोनचार वर्षंही झाली नसतील. प्रदूषित का असेना, पण आकाश दिसायचं. पण कधी झाल्या गं या सगळ्या बिल्डिंग्ज?'' आजोबा नवलाने म्हणाले. बऱ्याच वर्षांनी झोपेतून जागं झाल्यासारखं त्यांना जग नवीन दिसायला लागलं होतं.

''दोनचार वर्षं कुठे, निदान सातआठ वर्षं तरी असतील. पूर्वी केतकीला शाळेत सोडून आलात, की आपण दोघं इथेच बसून चहा घ्यायचो. गप्पाही व्हायच्या आपल्या,'' इति आजी.

चहाचा पहिलाच घोट घेऊन आजींनी दाद दिली, ''मस्त, काय घातलंय?''

''अंहं, ते नाही सांगणार. आमचं सिक्रेट आहे,'' आजोबा कमलाआंटीचं स्मरण करून म्हणाले.

''खरंच, किती दिवसांनी चहाची चव लागतेय, नाहीतर कॉम्प्युटरसमोर बसलं, की लक्ष कुठे असतं चहा पिण्यात? गरम पाणी द्या की चहा, कळतही नाही. Mindful living असावं म्हणतात, ते अगदी खरंय,'' आजी म्हणाल्या.

चहाचा आस्वाद घेण्यात अर्धा तास कसा गेला ते कळलंच नाही. लिव्हिंग रूममध्ये एव्हाना मोगऱ्याचा आणि सोनचाफ्याचा घमघमाट सुटला होता. आत येताच आजींनी मन भरून श्वास घेतला. त्यांचं मन एकदम प्रसन्न झालं.

'किती छोट्या छोट्या गोष्टींनी मजा येते ना आयुष्यात!'

''बरं, आज सकाळचं जेवण मी करतो. सुमनला स्वयंपाकापासून आज सुट्टी. आपलाही वेळ जाईल,'' आजोबा म्हणाले.

''उत्तम, मीसुद्धा किती दिवसांत काहीच केलं नाहीये. रात्रीचा स्वयंपाक मी करते. मुलांनाही जरा वेगळी चव. बरं, पाणी जपून वापरा, तितकंच आहे. दोन दिवस तेच पुरवावं लागेल,'' आजी म्हणाल्या.

दिवस अचानक मोठा झाला, पण मजेत गेला. सकाळी आणलेल्या पेपरचे पंखे झाले. त्यांचा वारा घेत घेत आजींनी कपाट आवरायला काढलं. किती दिवस करायचं म्हणून राहून जात होतं. कपाट म्हणजे आठवणी, दार उघडताच त्या सांडल्या. झालं, एकेक वस्तू आवरताना तिच्याशी निगडित असलेल्या आठवणींत आजी बुडून गेल्या. आजोबाही स्वयंपाक करता करता मधूनच त्या आठवणींत डोकावून गेले.

आजोबांनी मस्त थालीपिठं केली, सिक्रेट इनग्रेडियंट्स घालून. त्यांचा खमंग वास नाकात जाऊन आजींची भूक खवळली. गरमगरम थालीपीठ, त्यावर साजूक तुपाची धार आणि सोबतीला दाण्याचा कूट घालून केलेली, फोडणी दिलेली दह्यातली चटणी. स्वर्गसुख म्हणजे हेच.

''मस्त जमली आहेत थालीपिठं. रात्रीसुद्धा करा. मुलांनाही आवडतील. मी पिठलं-भात करते.''

दुपारचं आजींचं भजनी मंडळ. आज तिथे सांगायला आजींकडे हॉरर स्टोरी होती, इंटरनेट आणि इलेक्ट्रिसिटीशिवाय जगावं लागण्याची. पाणी जपून वापरायचं असल्याने आजी भजनी मंडळातून येताना जेवणासाठी केळीची पानं घेऊन आल्या. त्यांना आता स्फूर्ती आली होती.

पिठलं-भात करताना त्यांच्या लक्षात आलं, की कित्येक दिवसांत त्यांनी काहीच केलं नव्हतं. पूजाच्या मनात असलं आणि तिला वेळ असला, तर ती गरमगरम ब्रेकफास्ट करणार. नाहीतर सिरिअल्स खाऊन सगळे बाहेर पडणार. आजी-आजोबांचेही सकाळचे काही नखरे नव्हते. त्या दोघांनाही आयपॅडवर आणि कॉम्पुटरवर बसायची घाई असल्यानं, जे सगळे खातील तेच हे दोघंही खात असत. बाकी, दोन्ही वेळचं जेवण आणि दुपारचं खाणं सुमनच करायची. आपण इतकं वाहवत गेलो या टीव्ही आणि कॉम्पुटरच्या मागे, की अशा साध्या साध्या गोष्टीही विसरलो? कमाल आहे.

''पूजाचा फोन आहे.'' आजोबा.

''बोल, पूजा.''

''आई, अगं रात्रीच्या जेवणासाठी बाहेरून काय आणू? पाणी नाही, लाईट नाही, स्वयंपाक करण्यात काही अर्थ नाही.''

''नको नको, आमची सगळी तयारी झालीय. आज तुम्ही तिघे एकत्र घरी या. म्हणजे एकदमच सरप्राईझ.''

संध्याकाळ दाटून येऊ लागली. आजींचा हात दिव्याच्या बटणाकडे गेला. त्यांना हसायला आलं. माणूस सवयीचा गुलाम! येताना त्या मेणबत्त्या घेऊन आल्या होत्या. त्यांनी त्या मेणबत्त्या घरभर लावल्या. त्या मंद प्रकाशात घर किती सुंदर दिसत होतं.

कितीतरी महिन्यांपूर्वी आजींनी एक कादंबरी आणली होती, ती वाचायची राहूनच गेली होती. इंटरनेटपुढे आजकाल पुस्तकं वाचायचं राहूनच जायचं. ती पुस्तकं आज त्यांनी बाहेर काढली. 'बघू तरी कसं वाटतं मेणबत्त्यांच्या प्रकाशात वाचायला!'

मेणबत्त्यांच्या प्रकाशात पुस्तक वाचताना त्यांचं लक्ष भिंतीवर नाचणाऱ्या सावल्यांकडे गेलं. मधली सत्तर वर्षं एकदम वितळून गेली.

'अगं नीला, अशी घाबरतेस काय? सावल्याच आहेत त्या,' आजींना त्यांच्या आजीचा आवाज ऐकू आला.

चारपाच वर्षांच्या असतील तेव्हा त्या. आजींच्या आजोळी वीज नव्हती. रात्री चिमण्या, कंदील लावले, की त्यांचा मामा त्या प्रकाशात त्यांच्यासमोर झाडू घेऊन निरनिराळे आवाज काढत मागेपुढे नाचायचा. त्याच्या हलणाऱ्या चित्रविचित्र सावल्या बघून आणि त्याचं वेडंवाकडं किंचाळणं ऐकून त्यांना इतकी भीती वाटायची, की त्या मोठमोठ्याने रडायला लागायच्या. मग आजी त्यांच्या मागेपुढे चिमण्या लावायची. सगळीकडे उजेड पडला, की सावल्या पळून जायच्या.

किती बदललंय सगळं. वीज नसलेल्या दिवसांपासून, इंटरनेटपर्यंत. माणसानं किती प्रगती केली या थोडक्या वेळात. पण फायदा कुणाचा? जग बोटांवर, तरी आपण मात्र एकटे!

✠✠✠

"आई, झोपलीस का? चल, जेवून घेऊ या. मी ताटं घेते," पूजा.

"अरे, आलात तुम्ही सगळे? नको, तू काही नको करू. मी म्हटलं ना की आज एक सरप्राईज आहे," असं म्हणत आजी पटकन उठल्या.

राहुल, पूजा आणि केतकी हातपाय धुऊन येईपर्यंत आजींनी टेबलावर केळीची पानं मांडली. त्यावर छोटी थालीपिठं, भाताच्या मुदी, पिठलं आणि पापड वाढले. मध्येमध्ये लावलेल्या मेणबत्त्यांच्या प्रकाशामुळे एक वेगळंच वातावरण निर्माण झालं होतं. टेबल बघून तिघांचे डोळे विस्फारले.

"Wow! आजी, you are awesome! काय मेनू केलायस, आणि काय प्रेझेन्टेशन! आधी फोटो काढते आणि मग लाईट आले की फेसबुकवर टाकेन. आजी, तू आर्टिस्ट आहेस आणि काय मस्त जेवण केलंय. असं वाटतंय की रोजच लाईट जावेत आणि रोज असंच जेवण मिळावं."

''ए बाई ! 'शुभ बोल नाऱ्या, तर नाऱ्या म्हणतो मांडवाला आग लागली.' आई, पिठलं? तू केलंस ना? तुझ्या हाताची चव आहे यात,'' राहुल म्हणाला.

''हे नाऱ्या काय आणि मांडव काय, आजी?''

''अगं, नाऱ्याचं नंतर बघू. थालीपीठ खाल्लंस का आधी? हो थालीपिठंही वेगळीच लागतायत. बाबा, हा तुमचा प्रयोग असणार,'' पूजा.

''बरोबर ओळखलंस, पूजा. याबद्दल तुला जेवणानंतर चॉकलेट,'' आजोबा.

टीव्ही-कॉम्पुटर नाही आणि फोनची बॅटरी वाचवायची असल्यानं तेही बंद. त्यामुळे जेवणं जेवणासारखी झाली. रविवारी लाईट नाही आले, तर काय करायचं याचे प्लॅन्स झाले. सगळ्यांनी दिवसभर काय केलं याचा आढावा झाला. आजी-आजोबांसाठी आजचा दिवस अनोखा होता. त्यामुळे त्यांच्याकडे बोलायला खूप काही होतं. बाकीचे दिवसभर बाहेर असल्याने त्यांना फारसा फरक पडला नव्हता. गप्पांची गाडी हळूहळू बालपणावर गेली. आजी-आजोबा आपल्या लहानपणाच्या गमतीजमती सांगू लागले आणि सगळे त्यात रंगून गेले. केतकीला तर खूपच मजा वाटली.

मेणबत्त्यांच्या प्रकाशात सगळ्यांचे चेहरे उजळून निघाले होते. अशा तऱ्हेने एकत्र बसून हसतखेळत कधी जेवले होते बरं सगळे? किती सुंदर चित्र होतं हे.

कधी नव्हे ते 'दिल मिल गये'तल्या सिमरनच्या घरासारखं वातावरण आपल्या घरी आलं म्हणून पूजालाही भरून आलं.

गप्पांमध्ये दोन-अडीच तास कसे गेले हे कुणालाच कळलं नाही. डोळ्यांवर झापड येऊ लागली, तशी आदल्या रात्रीसारख्या खिडक्या उघडून, घरातले शक्य तितके हवेशीर कोपरे शोधत सगळ्यांनी आपापली पथारी पसरली. रात्री कधीतरी वाऱ्याच्या झुळकीनं आजीना जाग आली, तर चक्क पंखा चालत होता.

आहाहा! स्वर्गसुख ते हेच!

सकाळी गुरख्यानं खबर दिली, 'सगळं पूर्वीसारखं चालू झालंय'. इलेक्ट्रिक कंपनीवाल्यांनी शनिवारी दिवसभर काम करून वीज परत चालू केली होती. सगळ्यांनी हुश्श केलं. चला, रविवार फुकट जाणार नाही आता. सिमरनच्या 'दिल मिल गये'सारखं स्वप्नवत् घर एका क्षणात वास्तवात आलं आणि पूजाच्या नजरेसमोर विखुरलं.

सगळे धावले आपापल्या गॅजेट्सकडे. रविवार असूनही 'ई-मेल चेक करतो' म्हणत राहुलने लॅपटॉप उघडला. पूजा आणि केतकी गेल्या फोनवर स्टेटस अपडेट करायला आणि आजोबा धावले आयपॅडकडे. पूजा गेली व्हॉट्सॲपवर अपडेट्स

चेक करायला. केतकीला तर कालचं कँडललाइट डिनरचे फोटो इन्स्टाग्रामवर टाकायची कधीपासून घाई झाली होती. असे अनोखे फोटो तिच्या कुठल्याच मैत्रिणीकडे नसणार याची तिला खात्री होती. ती धावलीच फोनकडे.

आजींनी आज कितीतरी प्लॅन्स केले होते लाईट येणार नाहीत म्हणून, ते सगळे धुळीला मिळाले. कुठेतरी आजींना वाईट वाटलं, पण तेवढ्यापुरतंच. तो कॉम्पुटर खुणावत होताच. कालच्या पूर्ण दिवसाची कसर भरून काढायची होती ना. त्या क्षणभर घुटमळल्या. पण घरात सगळेच आपापल्या गॅजेट्सकडे गेले होते. त्यामुळे आजींना कॉम्पुटर ऑन करण्याव्यतिरिक्त काहीच पर्याय नव्हता.

शेवटी काय? माणसाच्या मूलभूत गरजा चारच : अन्न, वस्त्र, निवारा आणि इंटरनेट!

✠✠✠

पाळीव मालक

आपण आपल्या आयुष्यात अनेकांवर वेगवेगळ्या प्रकारे प्रेम करतो; पण त्यात नेहमीच मिश्र भावना असतात आणि थोडासा स्वार्थीपणा असतो. पण हेच प्रेम जेव्हा आपण प्राण्यांवर करतो आणि ते आपल्यावर करतात, तेव्हा ते अत्यंत नि:स्वार्थी असतं. आपल्या आयुष्यातील पोकळी भरून काढण्यासाठी आपण प्राणी पाळतो, आणि तेच प्राणी आपल्याला कधी बोटावर नाचवायला लागतात हे कळतही नाही.

जेमतेम चार वाजले होते; पण अंधार पडायला सुरुवात झाली होती. कॉम्प्युटरमधून नीताने मान वर काढली आणि तिला एकदम उदास वाटलं. डिसेंबरमधल्या थंड आणि ढगाळ वातावरणात पाच वाजता बाहेर जसा गुडूप अंधार व्हायचा, तसा तो तिच्या मनातही भरून यायचा. ऑफिसमध्ये येताना तिचा मूड थोडा बरा असायचा; पण घरी जायची वेळ झाली की तिची पावलं जड व्हायची. मनावर मणामणांचं ओझं यायचं. डोक्यात संदीप खरेचं 'आताशा असे हे मला काय होते, कुण्या काळचे पाणी डोळ्यांत येते' हे गाणं घुमत राहायचं.

आताही तसंच झालं, डोळ्यातलं पाणी आणि मनावरचं ओझं झटकून टाकायचं म्हणून ती ताडकन उठली. नकळत तिचा हात फोनकडे गेला. तिच्याही नकळत तिने तिच्या धाकट्या मुलाला फोन लावला. त्याने चक्क फोन उचलला, याचा तिला आनंद होण्याआधीच पलीकडून आवाज आला, ''ममा, आता काय फोन करतेयस.

मी मित्रांबरोबर आहे, नंतर बोलीन.'' ती 'अरे' म्हणेपर्यंत त्याने फोन ठेवलाही. अचानक नीताच्या भरून आलेल्या मनात रागाची ठिणगी पडली. मी कुणालाच नकोय. गरज संपली की आई कशाला हवीय. या गाढवाने विचारलंही नाही, की मी का फोन करतेय. इमर्जन्सी असती तर आत्ता? ही मुलं अशी आणि तो नवरा तसा!

तिला फोन फेकावासा वाटला. खूप पूर्वी, जेव्हा कॉर्डवाले फोन होते, तेव्हा तिने एकदा राग आला म्हणून फोन फेकला होता. तिला एकदम मस्त, हलकं-हलकं वाटलं आणि फोनला काही झालं नव्हतं. पण हे हल्लीचे सेलफोन्स! इतके नाजूक, की जरा धक्का लागला तरी ५००-६०० डॉलर्सचा भुर्दंड.

आता तिच्या उदासीचं रूपांतर रागात झालं. आजकाल हे रोलरकोस्टर नेहमीचेच झाले होते. उदासी, राग, संताप, रडारड, आदळआपट, उदासी, राग... एका वर्तुळात फिरल्यासारखं. दोन्ही मुलं कॉलेजला गेल्यामुळे तिच्या आयुष्यात एक पोकळी निर्माण झाली होती. असं नाही की ती बिझी नव्हती. जॉब होता, अमेरिकेत राहत असल्याने घरातली न संपणारी कामं होती. पण तरी आयुष्य रिकामं-रिकामं वाटत होतं.

नवीन, तिचा मोठा मुलगा चार वर्षांपूर्वी कॉलेजला गेला, ते पार न्यूयॉर्कला पोहोचला. कॉलेज संपल्यावर तिथेच त्याला जॉबही मिळाला. कॅलिफोर्निया बोअर वाटायला लागलं होतं म्हणे. पूर्वी आईशिवाय पान नाही हलायचं आणि आता वाटलं तर आठवड्यातून एकदा फोन करणार. धाकटा निहाल याच वर्षी कॉलेजला गेला आणि तिकडचाच झाला. आईला फोन करणं, घरी येणं या गोष्टी त्याला 'अनकूल' (uncool) वाटत होत्या. आणि नरेश, म्हणजे नवरा, लॅपटॉप मधून डोकं वर उचललं तर बोलणार. त्याचं म्हणणं, आता मुलं बाहेर पडली आहेत तर एन्जॉय कर.

कळत असलं, तरी वळत नव्हतं आणि कितीही कामात बडवून घेतलं, तरी तिची उदासी कमी होत नव्हती. रागारागातच ती घरी आली. दारात पाय ठेवताच तिला रडू कोसळलं. ब्लेम इट ऑन हॉर्मोन्स!

चहाचा कप घेऊन ती खिडकीत बसली, तेव्हा समोरून एक छोटा आणि एक मोठा, अशा दोन कुत्र्यांना घेऊन कुणी म्हातारी बाई जात होती. लहान कुत्र्याचे पाय लुटूलुटू चालत होते. त्याने त्याच्या तोंडात एक गुलाबी खेळणं घट्ट पकडलं होतं. अचानक मोठा कुत्रा तिच्या ड्राइव्हवेमध्ये थांबला. साखळीत बांधलेला असूनही तो एकदम गरागरा फिरला आणि मग परत चालायला लागला. बऱ्याच दिवसांनी तिच्या चेहऱ्यावर हसू पसरलं. तिला एकटेपणावरचा मार्ग सापडला होता.

तिने ठरवलं, कुत्रा आणायचा. पूर्वी कुत्र्यांबरोबर लाडेलाडे बोलत जाणाऱ्या माणसांकडे बघून तिला त्यांचं हसू यायचं आणि कीवही. पण आता त्यांच्या पंक्तीत बसल्यावर तिला अचानक हे सगळं हवंहवंसं वाटायला लागलं.

जेवण झाल्याझाल्या तिने प्रस्तावना केली किंवा निर्णयच सांगितला म्हणा ना!
''नरेश, मी कुत्रा आणणार आहे.''
''मस्त...'' लॅपटॉपमधून डोकं वर न काढता नरेशचं उत्तर. म्हणजे याने काहीच ऐकलेलं दिसत नाहीये. आता नीतानं त्याला टेक्स्ट पाठवला, ''getting dog.''
फोनवर टिंग झाल्यावर नरेशने लगेचच बघितलं.
''नीता, मेसेज काय करतेस? मी इथेच तर आहे.''
'शरीराने, मेंटली कुठेतरी फिरतोयस!' तिने मनात म्हटलं, पण लगेच दुसरा मेसेज पाठवला, ''रीड द मेसेज.''
''कुत्रा!'' नरेश जवळजवळ किंचाळलाच. ''हे काय नवीन खूळ?''
शेवटी नरेशचं लक्ष नीताकडे गेलं.
''हे बघ, मला फार एकटं एकटं वाटतं.''
''आपण बोलू की,'' नरेशने कधी नव्हे ते लॅपटॉप चक्क बाजूला ठेवला.
''मला लाड करायला कुणीतरी हवंय.''
''मग माझे कर की,'' त्याने डोळे मिचकावत म्हटलं.

''खरं सांगू? माझ्यावर निःस्वार्थी प्रेम करणारं, माझ्याकडून कसलीही अपेक्षा न करणारं कुणीतरी हवंय मला घरात,'' नीताच्या नकळत तिच्या डोळ्यांत पाणी आलं. ''मला आजकाल घरी यावंसंच वाटत नाही. आपली तोंडं दोन वेगवेगळ्या दिशांना, बोलायचं म्हटलं तरी कळत नाही काय बोलायचं ते.''

नीताचे भरलेले डोळे बघून नरेशच्या मनात एकदम अपराधीपणाची भावना दाटून आली. त्याने या दृष्टीने कधी विचारच केला नव्हता. तिचा हात हातात घेत तो म्हणाला, ''मला समजू शकतं; पण अगं, मुलं येतातच की अधूनमधून आणि आपणही कुठे व्हेकेशनला जाऊ की. बोल कुठे जायचं ते? ''

''नरेश, माझं ठरलंय,'' त्याच्या बोलण्याकडे दुर्लक्ष करत ती म्हणाली, ''आता कोणत्या प्रकारचा कुत्रा आणायचा, यासाठी तू माझी मदत करू शकतोस.

''अगं, आता कुठे आपण मोकळे झालो आहोत मुलांमधून. ती धावपळ थांबली नाही, तर हे नवीन बंधन कशाला वाढवायचं? नोकरी आणि घर सांभाळून जमणार आहे का आपल्याला?''

''आपल्याला? मला वाटतं या दोन गोष्टी घरात मीच करते. तू फक्त नोकरी करतोस. घर आणि नोकरी सांभाळून मुलंसुद्धा जवळजवळ मीच वाढवली. असो, आत्ता तो प्रश्न नाहीये. मी कुत्रा आणणार, तर मीच त्याची काळजी घेणार.''

''अगं, पण दिवसभर कोण बघणार त्याला?''

''Doggie daycare असतात की, आणि trained असेल तर घरात राहील.''

''आपण भारतात किंवा वेकेशनला गेलो तर काय करायचं?''

"Dogsitter कशाला असतात? आपण दोघं भरपूर कमावतो. एका कुत्र्याची काळजी घेणं जड नाही आपल्याला."

"मुलांना विचारू."

"मुलांना काय विचारायचं? ती काय आपल्याबरोबर राहतात? तसंही मुलांना विचारलंस तर ते 'कुत्रा आणू'च म्हणतील. आठवतंय ना, पाचवीत असताना निहालने किती हट्ट केला होता कुत्र्यांसाठी? दोन दिवस खाणंपिणंही बंद केलं होतं."

तरी नरेशने नवीनला फोन लावला. "चिल, डॅड! मॉमला हवंय, तर आणू दे की. ती काळजी घेणारे; मग तुला काय प्रॉब्लेम आहे?"

नेहमीप्रमाणे निहालने फोन उचलला नाही. नीताने त्याला टेक्स्ट केला. 'Getting dog.' पाच मिनिटांत निहालचा फोन आला, "मॉम, खरंच? ग्रेट न्यूज! मला कधीपासून हवा होता कुत्रा. लवकर आण. मी स्प्रिंग ब्रेकमध्ये रॉक क्लाइंबिंगला जाणार होतो सगळ्यांबरोबर, पण आता घरी येईन."

नीताला भरून आलं. 'किती शहाणं माझं बाळ ते. आईसाठी नाही, पण कुत्र्यासाठी घरी येईन म्हणतोय.'

पुढले एकदोन दिवस नरेशने थोडा विरोध दाखवायचा प्रयत्न केला, पण नीताने एकदा ठरवलं, की त्यात कधी फारसा बदल होत नसे.

"नाव काय ठेवायचं?" नरेश.

आता शत्रूला नामोहरम नाही करता येत, तर त्याच्याशी हातमिळवणी करावी.

"कुणाचं?" काहीच संदर्भ नसताना अचानक प्रश्न आल्याने नीता गोंधळली.

"कुत्र्याचं गं."

"रघू. तो माझा नालायक बॉयफ्रेंड होता कॉलेजमधला. बरं वाटेल त्याला 'रघू, यु यु', 'रघू, जंप', 'रघू, सिट' अशा ऑर्डर्स देताना. परत साखळी घालून त्याला फिरवायलाही मजा येईल. नीताच्या मनात रघूबद्दल तीस वर्षांनी इतका राग असेल, याचं नरेशलाच काय, तर नीतालाही आश्चर्य वाटलं. तिच्या डोळ्यांसमोर रघूचा त्या काळातला, कदाचित फक्त तरुण असल्याने बऱ्यापैकी देखणा असणारा चेहरा आला. गळ्यात साखळी घातलेला, सोन्याची साखळी नाही, तर कुत्र्याची.

मान्य आहे, की आता रघूच्या त्या देखण्या चेहऱ्यावर दोन किलो वजन वाढलं होतं, आणि इतरत्र किती वाढलं होतं याचं मोजमाप तिला करायचं नव्हतं. तिला हे कसे माहीत? फेसबुकची कृपा. कुणाच्या तरी मित्रांच्या लिस्टमध्ये होता तो.

"ए नीता, कुत्री आणली तर मी ठेवू तिचं नाव? माझी ती तिसरी गर्लफ्रेंड, अनु आठवते?" अर्थात नरेशच्या डोळ्यांसमोर वेगळं चित्र होतं.

अनु नावाची कुत्री शेपूट हलवत हलवत त्याच्या मागं फिरतेय, प्रेमानं त्याचा चेहरा चाटतेय आणि तो तिला लाडाने 'अनु, अनु' अशी हाक मारतोय. 'काय

मस्त दिसायची तेव्हा अनु?' तो स्वत:शीच पुटपुटला, पण नीताला हे काही ऐकू गेलं नाही.

''शुअर, ठरलं तर.'' नीताला काय कल्पना नरेशच्या स्वप्नरंजनाची? आणि तिला खरं तर फरकही पडला नसता. या क्षणी तिला फक्त आपल्या विजयाच्या तुताऱ्या फुंकाव्याशा वाटत होत्या.

आश्चर्य म्हणजे, कुत्र्यांची नावं घरातल्या इतरांसारखी 'न' अक्षरावरून नव्हती. कदाचित दोन पायांच्या प्राण्यांना चार पायांच्या प्राण्यांपेक्षा वेगळे नियम असावेत.

शनिवारी शेल्टरमध्ये जाऊन कुत्रा दत्तक घ्यायचं ठरलं होतं. कुत्रा आणायचाच तर मग ज्याला घराची गरज आहे असाच का नाही आणायचा?

कुत्रा छोटा की मोठा, कुठल्या ब्रीडचा, त्याचा रंग कोणता याबद्दल तिला काही चिकित्सा करायची नव्हती. पण ती च्युवावा नक्कीच आणणार नव्हतो. याप याप करून डोकं फिरवेल ते.

तिनं ठरवलं होतं की, ज्या कुत्र्याला बघून ममत्व वाटेल, तोच कुत्रा घ्यायचा. कुत्र्याचं नाव 'रघू' ठेवण्याची कारणं आणि कुत्र्याबद्दलच्या आत्ताच्या भावना यांतील विरोधाभास ती तात्पुरता तरी विसरली होती.

शेल्टरच्या पार्किंगमध्ये शिरताना तिचं मन 'आपण काहीतरी उदात्त करतोय' या भावनेनं भरून आलं, तर नरेशचं मन मणामणांचं ओझं घेतल्याप्रमाणे जड झालं होतं. नवीनचा जन्म झाला तेव्हा नीता आपली राहिली नाही, असं त्याला वाटलं होतं. तीच भावना आता बावीस वर्षांनी परत आली. पण काय करणार? आलीया भोगासी.

शेल्टर सुंदर होतं. प्रत्येक कुत्र्यासाठी एक छोटीशी खोली होती आणि बाहेर खेळण्यासाठी मोठं यार्ड. अमेरिका! माणसं जनावरांसारखी रस्त्यावर राहतील, पण ॲनिमल शेल्टरमध्ये काही कमी जास्त झालं, तर रस्त्यांवर निदर्शनं.

''जरा फिरून बघू या,'' नरेश म्हणाला.

''तूच जा. मी फक्त दोनतीन कुत्रेच बघणार आहे.''

नीताला खूप कुत्रे बघायचे नव्हते. खूप गोष्टी बघितल्या की तिचा गोंधळ उडायचा आणि मग निर्णय घेणं कठीण व्हायचं. कित्येकदा ती शॉपिंगला जायची आणि खूप चॉइस आहे, म्हणून काही न घेताच घरी यायची.

शेल्टरचं काम अगदी व्यवस्थित होतं. सगळं सुपरव्हिजनखाली. तिथल्या व्हॉलंटियरनं यांच्या अपेक्षांप्रमाणे दाखवायला पहिल्यांदा एक कुत्रा आणला, जोजो.

जोजोला बघताच नीता त्याच्या प्रेमात पडली. मीडियम साईझ, चमकदार काळ्या रंगावर फक्त तीन पांढरे ठिपके, त्यातला एक कानावर. ती हलणारी छोटी शेपूट आणि ते लुकलुणारे डोळे; इतका गोड होता. जेव्हा तो नीताजवळ येऊन तिला हुंगायला लागला, त्याला कवटाळून घ्यावंसं वाटलं तिला. नीताने हात दिला, तर त्याने लगेच चाटायला सुरुवात केली. नीताच्या मनातील ममत्व जागं झालं. 'हाच तो रघू!' तिने ठरवलं. अर्थात, नरेशला आता अनु बघायची संधीही मिळणार नव्हती.

सगळे सोपस्कार करून ते घरी आले. जाताना दोघे, येताना तिघे. नवीन झाला तेव्हाही असंच काहीसं वाटलं होतं.

अजूनही घरात आल्यावर पाय धुवायची नीताला सवय होती. जोजो कुत्रा असला म्हणून काय झालं? तिने लगेच बादलीतून पाणी आणून त्याच्या चारी पायांवर ओतलं आणि मग त्याच्यासमोर टॉवेलही अंथरला. जोजो दचकला असेल, तरी त्याने तसं दाखवलं नाही.

''जोजोची आरती करायची का? पहिल्यांदाच घरी येतोय ना तो?'' नरेशने नीताची खेचली. एरवी नीता भडकली असती हा पांचट विनोद ऐकून; पण आता ती जोजोच्या डोळ्यांत विरघळून गेली होती.

''पहिलाच दिवस त्याचा, काही गोड नाही करणार?'' पुन्हा नरेशने तोंड उघडलं.

''करू की. तू स्वयंपाकाचं बघ आणि मी जोजोची व्यवस्था करते.''

नीता लगेच जोजोच्या वाट्या घेऊन आली. एक पाण्यासाठी आणि एक खाण्यासाठी. स्वयंपाक करायच्या विचाराने नरेशच्या अंगावर काटा आला.

''नको, नको. तू बघ काय करायचं ते.''

नीताने कुठं ऐकलं नरेश काय म्हणाला ते. ती गुंग होती जोजोला खाताना बघण्यात. गुलाबी, चिंचोळकी जीभ बाहेर काढून तो लपालपा पाणी पीत होता आणि ते बघून नीता वीस वर्षं मागे गेली. सहा महिन्यांचा असताना निहाल अशीच जीभ आतबाहेर करायचा. बाळाला घेऊन घरी आले, तेव्हा त्याचं काय करायचं याबद्दल दोघांनाही फारशी कल्पना नव्हती. तसंच आता कुत्र्याचं क़ाय करायचं याबद्दल दोघे तितकेच अज्ञानी होते. नरेशने लगेच गुगल देवाला साकडं घातलं आणि कॉम्प्युटरमधून धोधो माहिती सांडली. त्या माहितीत तो बुडला असताना जोजो घरात एक चक्कर मारून नीताच्या पायाशी येऊन बसला. कितीतरी वर्षांनी नीतावर कुणीतरी आपलं लक्ष केंद्रित केलं होतं.

''किती गोंडस तो माझा रघू!'' अर्धं बोबडं, अर्धं कौतुकमिश्रित, अशा काहीशा विचित्र आवाजात नीता त्याच्या डोक्यावरून हात फिरवत बोलायला लागली.

पण एक मोठा प्रॉब्लेम असा होता, की रघूचं नाव जोजो होतं. त्यामुळे नीताने मारलेल्या रघू नावाला तो काही प्रतिसाद देईना. शिवाय, एकदोनदा त्याला प्रेमाने

रघू, रघूडी, बंटूडी असं म्हटल्यावर नीताच्या डोक्यात प्रकाश पडला. 'मी याला रघू का म्हणतेय? हा तर गोंडस आहे.'

"नरेश, याचं नाव आपण जोजोच राहू देऊ. सवय आहे त्याला त्याच नावाची."

नरेशने सुटकेचा निश्वास टाकला. कॉम्पुटरमध्ये बुडाला असूनही मघापासून नीताचं 'रघू, रघूडी' असं ऐकून त्याला विचित्र वाटायला लागलं होतं. तो गप्प होता कारण काही म्हटलं असतं नीताला, तर 'कुत्र्याबद्दल कसली असूया वाटते तुला' असं म्हणून त्याला परत गप्पच बसवलं असतं.

आता 'सुं'वाचून 'खो' गेला म्हणून नरेशही रिलॅक्स्ड झाला.

हळूहळू जोजो घरात रुळला. नीताला आणि नरेशला एकमेकांशी बोलायला जिव्हाळ्याचा विषय मिळाला. जोजोच्या गमतीजमती एकमेकांना सांगणं, व्हॉट्सअॅपवर फोटो शेअर करणं हे सुरू झाले. नीताला माणसांत आल्यासारखं वाटलं.

निहाल आणि नवीन वेळ काढून घरी येऊन गेले आणि जोजोच्या प्रेमात पडले.

आजकाल निहालचा रोजच फोन यायला लागला. नवीनही कधी नव्हे ते फेसटाईम करायला लागला. सुरुवातीला नीता त्यांना काही फोटो पाठवायची; पण जेव्हा त्यांनी नीता आणि नरेश यांचं फोटोंनी भरलेलं व्हॉट्सअॅप पाहिलं, तेव्हा त्या दोघांनीही फॅमिली व्हॉट्सअॅप ग्रुप करण्याची मागणी केली. नीताला तर आता स्वर्ग दोन बोटं उरला. जोजोमुळे तिला तिचं कुटुंब नुसतंच परत नाही मिळालं, तर त्यांच्यात संवादही सुरू झाला.

नरेशने मुलांसाठी जितकी चिकित्सा केली नसेल, तितकी चिकित्सा जोजोसाठी doggie care शोधताना केली. त्याचं म्हणणं 'जोजोला बोलता येत नाही त्यामुळे बघायला नको की सगळे उत्तम आहे की नाही ते?'

नीताचं रोज फिरून आल्यावर जोजोचं पाय धुणं चालूच होतं. पण जोजोची प्रगती आता जमिनीवरून पलंगावर झाली. जेवायला तो आता चक्क डायनिंग टेबलवर दोघांच्या मध्ये बसायला लागला. नीता किंवा नरेश त्याला बाहेर फिरायला घेऊन गेले, की मालक कोण आणि कुत्रा कोण असा प्रश्न पडावा. साखळी बांधलेली असतानाही जोजो असा सुसाट सुटायचा, की नीताला किंवा नरेशला त्याच्यामागे धावण्याशिवाय पर्यायच उरायचा नाही. एक दिवस जोजोच्या मागे धावता धावता नीता अडखळून पडली आणि तिला बरंच लागलं. इमर्जन्सी क्लिनिकला भेट देऊन आल्यावर चांगल्या पालकाप्रमाणे नीता आणि नरेशच्या लक्षात आलं, की जोजोला नियम हवेत.

कुत्र्यांना शिस्त कशी लावावी या ट्रेनिंगला दोघंही गेले. साधारण दहा कुत्रे आणि त्यांचे पालक असा ग्रुप होता. पालक बेंचवर बसले आणि कुत्रे त्यांच्या पायाशी. स्वागताच्या दोन शब्दांनंतर ट्रेनर सरळ मुद्द्यावर आला. त्याने कुत्र्यांची वर्तणूक आणि त्याचे अर्थ सांगितले. मग तो कुत्र्याचं कोणतं वागणं सुधारायला हवं याबद्दल सांगू लागला. तो त्याची निरीक्षणं आणि मतं मांडत होता; पण नीता आणि नरेश मात्र आपण कसे वाईट पालक आहोत या विचारानं शरमेनं पाणी पाणी होत होतं. थोड्या वेळाने ट्रेनरनं इतर कुत्र्यांप्रमाणेच जोजोकडूनही वेगवेगळ्या गोष्टी करून घेतल्या. किती सहज आणि सोपं होतं सगळं.

ट्रेनिंगला जास्त दिवस नाही लागले. जोजोला सगळ्या सूचना कळायला लागल्या आणि नीता-नरेश भरून पावले. जोजोच्या प्रगतीचे नवीन फोटो कौतुकानं व्हॉट्सॲपवर टाकण्यात आले.

शुक्रवारी रात्री बेल वाजली आणि निहाल दारात उभा. त्याला म्हणे जोजोला ट्रेन करायचं होतं. शनिवार आणि रविवार त्याने जोजोकडून भरपूर प्रॅक्टिस करून घेतली. 'सिट' म्हटलं की जोजो बसायचा, 'फेच' म्हटलं की धावायचा आणि बाहेर फिरायला गेल्यावर जोजो मागेपुढे न धावता चक्क निहालच्या बरोबर चालायला लागला. नीताला गदगदून आलं गुणी बाळाला बघून.

''बरं मॉम, आता ट्रेनिंग झालं आहे हं. Be firm, just don't give in,'' निहाल जाताजाता बजावून गेला.

सोमवारी मात्र चित्र पालटलं.

''जोजो, सिट.'' नरेशनं जोजोसमोर बिस्कीट धरलं. जोजो बसण्याच्या भानगडीत पडला नाही. त्यानं उडी मारली आणि नरेशच्या हातून बिस्कीट काढून घेतलं. जाहिरात बघून वस्तू घेतल्यावर नंतर जशी फसवल्या गेल्याची भावना येते, तसंच आता नरेशला वाटलं. ट्रेनिंगमध्ये सगळं किती सोपं वाटलं होतं.

''अरे, असं नाही.'' नरेशला बाजूला करून नीता पुढे आली. जोजोसमोर खाली वाकून तिनं बिस्किट धरलं आणि विचित्र बोबड्या आवाजात म्हटलं, ''जोजो, सिट.'' 'स'च्या ऐवजी 'श' ऐकू आल्यानं नरेशला ऐकू आलं 'जोजो, xxx'. तो विचित्र नजरेनं तिच्याकडे बघू लागला. या वेळी जोजोने नीताच्या हातातलं बिस्कीट घेतलं, पण बसायच्या ऐवजी तो नीताच्या जवळ गेला आणि त्याने नीताच्या पूर्ण चेहऱ्याला चाटलं.

''माझ्या बबड्या तो! ऐकत नाही म्हणून काय झालं, पण प्रेमळ तर आहे.'' नीताचा ऊर भरून आला. काही प्रयत्नांनंतर यांच्या हातून बिस्किटं किंवा इतर ट्रीट्स

खाली न बसता कशा घ्यायच्या हे जोजो शिकला, आणि जोजोच्या समोर खाली बसायला शिकले नीता आणि नरेश.

असतो एकेकाचा इंटरेस्ट, नसेल बसायचं याला! असे म्हणून त्यांनी ठरवलं की दुसरं काहीतरी करून बघू.

मग नरेशने ठरवलं, की आता जोजोला 'फेच' शिकवू या. एखादी वस्तू फेकली, की त्यामागे धावणं हा कुत्र्यांचा स्थायी भाव असतो, असं त्यांना त्या ट्रेनिंगमध्ये सांगण्यात आलं होतं. निहालही किती सहजपणे हे जोजोकडून करून घेत होता. त्यामुळे मोठ्या आशेने नरेशने बॉल फेकला आणि जोजोकडे पाहून ओरडला, "फेच." जोजोने आपल्या मोठ्यामोठ्या डोळ्यांनी नरेशकडे बघत त्याचं डोकं जमिनीवर टेकवलं आणि तो दोन्ही पाय दुमडून खाली बसला. शेवटी नरेशनेच बॉल आणला. जोजोला त्याने परत 'फेच' म्हटलं. बॉलच्या मागे धावून धावून नरेश धापा टाकायला लागला; पण जोजोचं जमिनीला चिकटलेलं तोंड काही वर आलं नाही.

मजा म्हणजे, जोजोने हे सगळं ट्रेनिंगमध्ये केलं आणि निहालबरोबरही केलं होतं. म्हणजे त्याला सूचना कळत नसाव्यात हा प्रश्नच नव्हता. हे म्हणजे लहान मुलं दुसऱ्यांसमोर आदर्श बालकासारखी वागतात, पण घरी आईवडिलांसमोर नाटकं करतात, तसंच होतं.

ट्रेनिंगचा महत्त्वाचा भाग होता, जोजोला समजावयाचं की त्याचा मालक कोण आहे. यासाठी मालकाने आधी जेवायचं आणि मग कुत्र्याला खायला द्यायचं असा नियम होता. आता झाली पंचाईत, कारण आजकाल जोजो दोघांबरोबर डायनिंग टेबलवर बसत होता. नीताने नरेशचं आणि तिचं ताट टेबलावर ठेवताच जोजो त्याच्या जागेवर जाऊन बसला. त्याला 'जा' म्हटलं, तर त्याने रडका सूर काढला. झालं, नीताचं ममत्व पुन्हा एकदा उफाळून आलं. पण नरेशने मात्र ठरवलं होतं की, काहीही झालं तरी जोजोच्या आधी खायचंच. त्याने एक घास तोंडात घेतला आणि जोजोने त्याच्याकडे अशा काही केविलवाण्या नजरेनं पाहिलं, की त्याचा घास घशातच अडकला. शेवटी जोजोची ती केविलवाणी नजर सहन न होऊन, नरेश आपलं ताट घेऊन बेडरूममध्ये गेला. इकडे नीता आणि जोजो एकत्र जेवले; त्यामुळे जोजोला मालक कोण हे कळलंच नाही.

आता जोजो बाहेर फिरायला जाताना धावायचा थांबला, तरी ट्रेनिंग फळलं असं म्हणता आलं असतं. ट्रेनिंगमध्ये सांगितल्याप्रमाणे, नीताने बिस्किटांची पिशवी डाव्या खिशाला अडकवली. चालायला सुरुवात करताना तिनं बक्षीस म्हणून जोजोला एक बिस्कीट दिलं; पण जोजोला तेव्हाच एक खार दिसली आणि त्याने नीताच्या हाताला हिसका दिला. झालं, परत जोजो पुढे आणि नीता मागे. दोनतीन मिनिटांच्या धावपळीनंतर जोजो शांतपणे चालायला लागला, म्हणून नीतानं त्याला बक्षीस म्हणून

दुसरं बिस्किट दिलं. पाच मिनिटं जोजो अत्यंत शांतपणे नीताच्या बाजूला चालला, म्हणून तिनं त्याला अजून एक बिस्किट दिलं. 'चला, हे तरी लागू पडतंय' म्हणून तिने निश्वास टाकला, तोच तिच्या खिशाला झटका बसला. बघते तर काय, बिस्किटं खाली आणि तिने काही करायच्या आत ती जोजोच्या पोटातही गेली. मग त्याला परत एक खार दिसली, झालं.

एका महिन्यात ट्रेनिंगचा परिणाम दिसायला लागला. आजकाल नीता आणि नरेश आलटून पालटून बेडरूममध्ये दार बंद करून जेवतात. जोजोला 'फेच' म्हटलं, की तो बसतो आणि 'सिट' म्हटलं की तो उडी मारतो. म्हणून हे दोन शब्द न वापरायला नीता आणि नरेश शिकले. बाहेर फिरायला जाताना नीता बिस्किटांची पिशवी डोक्यावर ठेवून, त्यावर टोपी घालून जाते. जोजो मात्र अजूनही खारींच्या मागे धावतो.

या गोष्टी ते व्हॉट्सॲपवर टाकत नाहीत, कारण मग निहालचं 'असं कसं तो तुमचं ऐकत नाही? किती सोपं होतं सगळं, मी नव्हतं का करून घेतलं,' असे उपदेश चालू होतात.

एक मात्र नक्की, ट्रेनिंग कुणाला तरी फळलं, नीता आणि नरेश उत्तम पाळीव मालक झाले.

ठळक

ही गोष्ट आहे एका ऑटिस्टिक (आत्ममग्न) मुलाची. ही मुलं बऱ्याचदा अत्यंत हुशार असतात, पण त्यांना समाजात कसं राहायचं ते कळत नाही. ही मुलं स्वार्थी नसतात, पण त्यांना कुणाबद्दल ओढ अशी वाटत नाही. ते स्वतःच्या जवळच्या माणसांशी गरज असेल तेव्हाच बोलतात. हा आनुवांशिक आजार आहे. घरात विशेष गरजा असलेलं (स्पेशल नीड्स) मूल असेल, तर घरातल्यांचा सगळा वेळ त्यांच्या मागे जातो आणि बाकी कुणाशी संपर्क ठेवणं अवघड होऊन जातं. यामुळे त्यांच्यावरही बऱ्याचदा सक्तीचं एकटेपण येतं. या गोष्टीतला अक्षद ऑटिस्टिक आहे. उमा आणि संदेश, दोघंही त्यामुळे एका कोशात गुरफुटून गेले होते. इतके, की त्यांना स्वतःच्या मुलाच्या क्षमतेचा अंदाजही आला नाही...

''आई आल्यापासून अक्षद किती शांत झाल्यासारखा वाटतोय ना?''

''आणि तूही! उमा, आता वाटतंय उगीचच इतके दिवस आपण सगळ्यांना दूर ठेवलं. शेवटी प्रत्येकाला मनःशांतीसाठी एक सपोर्ट सिस्टम लागतेच.''

''खरंय, संदेश. आणि थँक्स, आईला इथे आणल्याबद्दल. अक्षदच्या ऑटिझमच्या निदानामुळे आपण एका कोशात मिटून गेलो होतो.''

अक्षदचं विचित्र वागणं तो एक वर्षाचा झाल्यावर उमा आणि संदेश यांच्या लक्षात यायला लागलं होतं. आधी आधी काहीतरी चुकतंय अशी एक भावना होती; मग काही विशिष्ट गोष्टी दिसायला लागल्या. त्याचं एका पद्धतीनं हात हलवणं, पाय पूर्ण न टेकवता बोटांवर चालणं, कुणी हाक मारली तरी लक्ष न देणं, कुणाकडे न बघता खाणाखुणा करणं, वगैरे वगैरे.

दोघांनाही कळत होतं की काहीतरी प्रॉब्लेम आहे, पण हिंमत नव्हती. शेवटी जेव्हा त्याचं ऑटिझमचं निदान झालं, तेव्हा एकाच वेळी त्यांना बरंही वाटलं आणि एक प्रचंड दडपणही आलं. पहिले सहा महिने त्यांच्यात खूप भांडणं झाली.

"हा आनुवंशिक (जेनेटिक) प्रॉब्लेम आहे, मग आला कुणाकडून?"

"हे नक्कीच तुझ्याकडून आलंय, संदेश. ती तुझी आत्या, कशी विचित्र वागते."

"आणि तुझा तो चुलत भाऊ, त्याचं काय? बोलताना कधी कुणाकडे बघतसुद्धा नाही तो..."

दोन्ही कुटुंबांतल्या सगळ्या माणसांचे कीस पडून, त्याचा हलवा करून झाला तरी उत्तरं मिळाली नाहीत.

स्पेशल गरजांच्या मुलांमुळे संसार मोडतात यात काही नवल नाही.

तरी दोघे सुज्ञ होते. एक दिवस दोघांनी अचानक ठरवलं की एकमेकांशी भांडण्यापेक्षा अक्षदवर लक्ष केंद्रित करणं केव्हाही चांगलं.

"संदेश, बस झालं एकमेकांना दोष देणे, अक्षद आहे तसा आहे. Autism is not fatal, Akshad may not be able to be with other people, that's all. Let's focus on the good. (ऑटिझम हा काही जीवघेणा आजार नाहीये. अक्षदला फक्त लोकांबरोबर संवाद साधता येणार नाही. आपण चांगल्यावर लक्ष केंद्रित करू या.)

"खरं आहे, उमा, let's move on. आपल्या नशिबाने अक्षदचा IQ सामान्य मुलांपेक्षा जास्त आहे. थेरपीने तो बराच नॉर्मल होऊ शकतो, मग रडत बसण्यापेक्षा काहीतरी करू या."

भांडणं बंद झाली. अक्षदच्या थेरपी अपॉईण्टमेंट्स, अधूनमधून त्याचे होणारे स्फोट, उमाचं आणि संदेशचं त्याला सतत सावरून घेणं, भारतीय मित्रांच्या विचित्र नजरा. असं नाही की काही मित्रांनी आधारचा हात पुढे केलाच नाही; पण तो घ्यायलासुद्धा त्यांच्याकडे वेळ नव्हता. कुठल्याही पार्टीला जावं, तर एक तर चौकश्या, नाही तर आमची मुलं हे करतात आणि ते करतात ही चर्चा. एकंदर काय, तर उमा आणि संदेश दोघानांही आपण या ग्रुपमध्ये बसत नाही ही भावना यायची.

दुसऱ्या बाजूला ऑटिझम ग्रुपमध्ये गेलं, तर त्याच त्याच विषयांवर चर्चा होऊन तिथेही कंटाळा यायचा. आयुष्य कठीण होतं, आणि या सगळ्यात त्यांचं मित्रमंडळ कधी भंगलं, ते त्यांनाही कळलं नाही.

'मी टाइम' म्हणजे काय असतो ते दोघेही विसरून गेले होते.

एक दिवस.

"उमा, मी सिनेमाची तिकिटं आणलीत. तुला बघायचा होता ना कधीपासून?"

"अरे, पण अक्षदचं काय?"

"अगं, चांगली बेबीसिटर येतेय. तिला माहितेय या मुलांशी कसं वागायचं ते."

जेनीला बघून आणि तिच्याशी बोलून दोघांनाही विश्वास वाटला.

उमाने आपलं लक्ष सिनेमावर केंद्रित केलं, थोड्या वेळाने तर ती समरस ही झाली. सिनेमा संपला, तर जेनीचे १५ मेसेजेस. दोघे धावतपळत, म्हणजे क रनं लवकर घरी आले.

Why didn't you tell me that he climbs on the furniture? He started jumping around suddenly. Fortunately, I caught him, but he could have hurt himself. I was freaking out.

उमा आणि संदेश चक्रावून गेले. याआधी अक्षदने असं कधी केलं नव्हतं. नंतर लक्षात आलं की फर्निचरवर चढणं ही अक्षदची नवीन माणसांबद्दलची प्रतिक्रिया होती.

असो, पैसे, सॉरी, थँक यू, जेनीची बोळवण; सिनेमा बघून झालेल्य आनंदाची माती माती झाली.

यानंतर बेबीसिटिंगचा पर्यायही गेलाच.

अक्षदबरोबरचे दिवस म्हणजे रोलरकोस्टरवर बसल्यासारखे. कधी झटके बसतील, कधी अचानक उलटे होऊ काही सांगता येत नाही. ओरडा हवं तितकं, पण राईड संपल्याशिवाय सुटका नाही. परत खाली उतरलं की हसरा मुखवटा, सगळ्यांना कळायला नको का किती मजा आली ते? एखादा दिवस असा उगवायचा, की अक्षद वेगळा आहे असं कुणाला सांगूनही खरं वाटलं नसतं. पण रोज काय होईल हे मात्र सांगता यायचं नाही. या सततच्या अस्थिरतेनं उमाची निराशा हळूहळू डिप्रेशनमध्ये बदलायला लागली.

घरातल्या बऱ्याच गोष्टी संपल्या होत्या. संदेश घरी येईपर्यंत थांबायला वेळ नव्हता. दुपारच्या जेवणात पीनट बटर सँडविच नसेल, तर अक्षद जेवणार नाही, म्हणजे उरलेला दिवस खराब.

"अक्षद आपल्याला बाहेर जायचंय," उमाने हाक मारली, पण अक्षदकडून काहीही प्रतिसाद आला नाही.

उमा अक्षदच्या खोलीत डोकावली, तर तो त्याच्या खेळण्यातल्या कार एका ओळीत लावण्यात गुंगला होता. प्रत्येक ऑटिस्टिक मुलाचे आपले खास छंद असतात, तसं अक्षदला कारचं वेड होतं. रस्त्यावरल्या कुठल्याही कारचं मेक आणि मॉडेल तो पटकन सांगायचा आणि अर्थात, घरात असताना या कार एका ओळीत लावत राहायचा.

त्याची ही ॲक्टिव्हिटी चालली असताना कुणी त्याला डिस्टर्ब केलं, तर बहुतेक वेळा स्फोट व्हायचे आणि अर्थातच, उमाला ही रिस्क नक्कीच घ्यायची नव्हती.

शेवटी थेरपिस्टने जे करायचं नाही असं सांगितलं होतं तेच उमाने केलं. तिने कपाटातून स्नीकरचा बार काढला.

"अक्षद, तुला स्नीकर हवंय?" स्नीकरचं नाव ऐकताच अक्षदचे कान टवकारले.

उमाला अजूनही नवल वाटायचं; याला स्वत:चं नाव ऐकायला येत नाही, पण स्नीकर मात्र ऐकू येतं.

"हो, हो." कार्स तिकडेच सोडून अक्षद धावत आला.

"अक्षद, आपल्याला कारनं सेफ-वेमध्ये जायचंय तुझं पीनट बटर आणायला."

"स्नीकर्स, स्नीकर्स," अक्षद उमाभोवती नाचत म्हणाला.

"हे बघ, आत्ता हा तुकडा. कारमध्ये बसल्यावर दुसरा," चॉकलेट खाण्यात गुंग असल्यानं त्याने कारपर्यंत जायला फारसा प्रतिकार केला नाही.

"स्नीकर्स?" सीटबेल्ट लावल्यावर त्याने लगेच हात पुढे केला.

सेफ-वेत पोहोचल्यावर उमाने त्याला कार्टमध्ये घातलं आणि पटापट शॉपिंग करायला सुरुवात केली. खरेदी करून काउंटरपाशी आली, तोवर अक्षदने कार्टमध्ये मागेपुढे झुलायला सुरुवात केली होती. स्टिमिंग (stimming) म्हणजे त्याचं घुमणंही सुरू झालं होतं. अक्षद हे सहसा करत नसे, पण कधी काय होईल हे सांगता येत नसे.

उमाच्या मागची बाई विचित्र नजरेनं त्याच्याकडे बघायला लागली. खरं म्हणजे आत्तापर्यंत उमाला या नजरांची सवय व्हायला हवी होती, पण तरी तिच्या पाठीला ती बोचत होती. कॅशियरने अक्षदला 'स्टिकर्स हवे का' म्हणून विचारलं आणि अक्षद एकदम जोरात ओरडला. त्याला स्टिकर्सचा चिकटपणा बिलकूल आवडायचा नाही.

"For god's sake, keep that child quiet."

उमाने मागच्या बाईकडे वळून पाहिलं. तिच्या तिखट नजरेने तिची धडधड अजूनच वाढली. "He can't help it. He has special needs," बाजूच्या रांगेतली बाई मात्र पटकन म्हणाली.

"What special needs? It is all about not being able to control your own child."

"If you don't understand special needs, then may be you have one."

झालं, दोघी अक्षदवरून भांडायला लागल्या. चढलेले आवाज ऐकून अक्षद अजूनच बिथरला. उमाच्या सुन्न डोक्यात केवळ 'ब्ला ब्ला'शिवाय काहीच ऐकू येत नव्हतं.

कारमध्ये बसली तरी उमाची थरथर कमी होत नव्हती. 'त्या दुसऱ्या बाईने जे केलं, ते मी करायला हवं होतं. पण का कुणास ठाऊक, अजूनही मला शरमल्यासारखंच वाटतंय. मी तिला थँक्सही नाही म्हटलं.' शरमेत आणखी एक भर. कधी कधी उमाला वाटायचं, की आयुष्य म्हणजे सतत कुणाची तरी माफी मागणं झालंय.

संदेश घरी आला तोपर्यंत सुदैवाने अक्षद झोपला होता. काहीही न बोलता संदेशला जाणवलं की नक्कीच काहीतरी बिनसलंय. टीव्ही बघताना त्याने तिला जवळ घेतलं आणि तेव्हाच एक निर्णयही घेतला.

"आई...?" दारात संदेशबरोबर तिची आई उभी होती. उमाचा विश्वासच बसेना. अक्षद झाला, तेव्हा आधी तिची आई आली आणि मग सासू-सासरे.

अक्षदच्या निदानामुळे गेल्या पाच वर्षांत ती भारतात परत गेलीच नव्हती. तिने कधी कुणाला बोलावलंही नव्हतं.

फोनवर बोलणं अक्षदच्या मूडवर होतं. अक्षद झोपल्यावर उमात काही एनर्जी असली, तर ती आठवड्यातून एखादे वेळी फोन करणार.

यात अगदी आईशीसुद्धा फारसा संवाद उरला नव्हता. खरं तर, कधी नव्हे ते तिला आपण भारतापासून दूर राहतोय याचा आनंद झाला होता. बोचणाऱ्या नजरा जितक्या कमी, तितकी मनःशांती अधिक.

आईला बघून तिला हसावं की रडावं हेच कळेना. आईने तिला कडकडून मिठी मारली आणि दोन मिनिटं ती तिचे सगळेच प्रॉब्लेम्स विसरली. तितक्यात अक्षदची हाक आली, "मॉम, भूक."

"अक्षद, इकडं ये. बघ कोण आलंय ते. ही माझी मॉम, तुझी आजी."

आजीने अक्षदचा हात हातात घेतला, "कसा आहेस? भूक लागली?"

"कसा आहेस? भूक लागली?" अर्थात अक्षदने आजीचं वाक्य तिलाच परत ऐकवलं.

"अक्षद, आजीला हॅलो म्हण." उमाने सूचना केल्यावर अक्षद 'हॅलो' म्हणाला.

"त्याला संभाषण कसं करायचं ते कळत नाही," उमा दिलगिरीच्या स्वरात आईला म्हणाली.

"उमा, अगं आई आहे मी तुझी. माझ्याशी कसलं ते फॉर्मल वागणं?"

"अक्षद, हे घे." आजीने एक छोटी कार पर्स मधून काढली. अक्षद लगेच त्या कारचं निरीक्षण करण्यात गुंगला.

जितकी अक्षदची क्षमता होती, तितकी जवळीक त्याच्यात आणि आजीत झाली. आजीचं निरीक्षण चांगलं होतं; त्यामुळे अक्षदच्या सवयी आणि आजूबाजूच्या गोष्टी अचानक बदलल्या तर होणाऱ्या त्याच्या प्रक्षोभक प्रतिक्रिया हे तिच्या लवकरच लक्षात आलं. अक्षदही आजीबरोबर रमला होता हे निश्चित. उमाही आता कधीकधी अक्षदला आईकडे सोडून बाहेर जायला लागली.

एक दिवस उमा आणि संदेश घरात नसताना आजीने बुद्धिबळाचा खेळ काढला. उमाचे वडील असताना बुद्धिबळ खेळणं हा दोघांचा छंद होता. हा खेळ एक तर न बोलता खेळता येतो. शिवाय प्लॅनिंग आणि इंपल्स कंट्रोल दोन्हींसाठी उत्तम. आजीला वाटत होतं की अक्षदला हे जमेल. आजीने प्यादी मांडायला सुरुवात केली, तसा अक्षद तिथे येऊन उभा राहिला. एका ओळीत काहीही मांडलं की अक्षदचा इंटरेस्ट आपोआप जागा होई. काळ्या-पांढऱ्या चौकड्यांत एका ओळीत असणारी प्यादी बघून त्याने त्याच्या लिमिटेड भाषेत आणि खाणाखुणा करून आजीला विचारलं, "काय आहे?"

"चेस. खेळायचाय तुला?"

"खेळायचाय तुला?" असं म्हणून अक्षद बसला.

प्यादी त्याने चौकोनाच्या अगदी मधोमध ठेवली. आजीने उंट तिरका सरकवला तसं अक्षदनेही केलं. अनुकरण करणं हा काही अक्षदचा पिंड नव्हता, पण तो चित्रांना उत्तम प्रतिसाद देतो हे आजीने पाहिलं होतं. म्हणून तिने छोट्या कार्डांवर प्याद्यांची चित्रं काढून ती कोणत्या चालीने चालतात याच्या खुणा केल्या

होत्या. अक्षदची बुद्धी तल्लख होतीच. साधारण एका तासातच गेम त्याच्या बऱ्यापैकी लक्षात आला. मग उमा घरी नसताना आजी आणि अक्षद बुद्धिबळ खेळायला लागले. कसं कोण जाणे, पण उमा बाहेर गेली, की अक्षद आजीला 'चेस खेळायचाय तुला?' असं विचारायचा.

एक दिवस उमाला आणि संदेशला रविवारी बाहेर जावं लागलं. येईपर्यंत उशीर झाला म्हणून दोघं टेकआउट घेऊन घरी आले. बेलचा आवाज अक्षदला आवडत नाही, म्हणून उमा आणि संदेश नेहमीप्रमाणे बेल न वाजवता किल्लीने दार उघडून घरात आले. घरात कसलेच आवाज नव्हते. ''झोपला की काय अक्षद?'' त्यांनी डबे टेबलावर ठेवले. उमाने त्याच्या खोलीचं दार हळूच उघडलं. त्यांचे पाय जमिनीला खिळले. दोघांना काय बघतोय तेच कळेना.

आजीची पाठ दरवाजाकडे होती. उमाला आणि संदेशला अक्षदचा चेहरा दिसत होता. त्याच्या चेहऱ्यावर कार्स खेळताना असते तशी एकाग्रता होती, पण समोर चेस होता.

अक्षदने आपल्या उंटाने आजीचा घोडा मारला. आजी ओरडली, ''दे टाळी!''

अक्षदही ओरडला, ''दे टाळी!''

परत त्यांचं लक्ष बोर्डवर केंद्रित झालं.

उमाने नकळत संदेशच्या हातात हात दिला. संदेशने तो घट्ट पकडला. दोघांच्या नजरा अश्रूंनी धूसर झाल्या होत्या; पण त्या नजरेतून दिसणारा अक्षद मात्र अगदी ठळक झाला होता.

गुलाब आणि बाभळी

रस्त्यावर काहीही खाणाऱ्या माणसांना काही होत नाही. घरातलं, अगदी शुद्ध तेलातुपातलं खाऊनही काही लोकांना ते पचत नाही. पण या दोन्हींची खरंच तुलना होऊ शकते? या गोष्टीतली आई अशाच द्विधा मनःस्थितीत पडली आहे. सतत कटकट करणारा तिचा छोटा मुलगा आणि फुटपाथवर बिनधास्त जगणारा तो दुसरा छोटा मुलगा; यांची तिच्या मनात राहून राहून तुलना होतेय, पण...

''मॉम! कंटाळा आला.''

''किती वेळ कारमध्ये बसायचं? मॉम, I am hungry.''

एकीकडे ड्राइव्हिंग करता करता मीता कधी शब्द, तर कधी वस्तू मागच्या सीटवर फेकत होती.

''मॉम, मला चॉकलेट चिप कुकी मिळाली.''

''चॉकलेट चीप कुकी? कधी दिली होती? मागच्या महिन्यात?''

मीता विचार करेपर्यंत;

''मॉम, कुकी हार्ड होती, पण मी खाल्ली.''

आता ती कुकी आधीच पोटात गेल्याने, 'ती कुठून आली, खाऊ नकोस, यकी असेल' असं काही बोलण्यात अर्थच नव्हता.

''असू दे, इकडचे तिकडचे थोडे जंतू गेले पोटात, तर काही होणार नाही. नाही तरी इथे येऊन इम्युनिटी कमीच होते.''

"मॉम, मी तुझ्या फोनवर बबलअप डाऊनलोड केलं."

मीताने स्वतःलाच शिव्या दिल्या. 'खाल्ली माती परत? ॲप स्टोअरला पासवर्ड टाकायचं राहूनच जातं. आणि हा पाच वर्षांचा कारटा! आजकालची मुलं? XXXX.' बाकी सगळं तिला XXX करून मनातच ठेवायचं होतं. आपूच्या समोर एकही शिवी देण्याची सोय नव्हती. ड्रायव्हिंग करताना कधी कधी मीता कुणी वाईट ड्रायव्हिंग केलं की त्यांना 'पागल' म्हणायची. बाकी काही नाही, पण आपूने हा एक हिंदी शब्द बरोबर उचलला आणि नको तिकडे, म्हणजे शाळेत म्हटला. नशिबाने कुणी इंडियन टीचर्स नव्हत्या; पण मीताच्या मैत्रिणीने ऐकलं आणि तिला सांगितलं.

दिवसभर ऑफिसमध्ये मरा, आणि मग डेकेअरमधून आपूला घेतलं, की याच्या एकामागून एक मागण्या. त्याची तरी काय चूक? सकाळी आठपासून पाच-साडेपाचपर्यंत तो शाळेत असायचा, मीता आणि अनिल दोघांचीही नोकरी असल्यानं. तरी बरं सकाळी त्याला अनिल सोडायचा आणि अनिलला मीतापेक्षा जरा जास्त पेशन्स होता.

आपूने आत्ताच बबलअप डाऊनलोड केलं असल्याने तो आता शांतपणे बसला होता. मीताच्या डोक्यात आता घरी जाऊन काय काय कामं करायची आहेत याची यादी चालू होती.

"मॉम, can I watch?"

"झालं परत सुरू? OK, OK, दीर्घ श्वास. आत बाहेर."

"मॉम, पास्ता कर. फक्त सॉस आणि चीज घालून, भाजी नको."

"मॉम, मॉम, मॉम."

आपूचा कटकट्या आवाज कानावर पडत होता, पण मीताचं मन कधीच दुसरीकडे पोहोचलं होतं.

मीता चर्चगेटला उतरली, तेव्हा पावसाची रिपरिप चालू होती. थोड्याच वेळापूर्वी जोरदार सर येऊन गेल्यामुळे दुकानांवरच्या छपरांवरून पाणी गळत होतं. ते चुकवत चुकवत, खड्ड्यांतून रस्ता शोधत मीता एका कोपऱ्यात उभी राहिली. दुसऱ्या देशात गेल्यावर आपल्याला कल्चर शॉक बसतो, तसा काहीसा शॉक तिला बसला होता.

'किती बदललंय सगळं! विश्वास नाही बसत, की दहा पंधरा वर्षांपूर्वी आम्ही मैत्रिणी इथे फिरायला यायचो. किती माणसं आहेत रस्त्यावर? गर्दी खरंच वाढली आहे, की बऱ्याच वर्षांनी चर्चगेटला आल्यामुळे असं वाटतंय? की

अमेरिकेत राहून दृष्टिकोन बदललाय? की सगळीच कारणं आहेत? कारण काही का असेना, पण सगळंच अनोळखी वाटत होतं.'

एका ठिकाणी अत्यंत पॉश दिसणारी दुकानं आणि रेस्टॉरंट्स, तर दुसरीकडं अजूनही माश्या हाकलणं आणि टेबल पुसणं हे एकाच टॉवेलने करणारे वेटर्स असलेले जुने कॅफेज्; किती विचित्र असमानता!

तितक्यात तिचं लक्ष एका छोट्या मुलाकडे गेलं. एकटाच फिरत होता. रस्त्यावर राहणारा असावा. वय पाच-दहा वर्षांमधलं असावं. एका बाजूला पाचसहा वर्षांचं वाटणारं त्याचं ते खुरटं शरीर, तर दुसरीकडे त्याच्या चेहऱ्यावरचा मोठ्या माणसासारखा दिसणारा तो निष्काळजी, मग्रूर आत्मविश्वास. यांतल्या विरोधाभासाची तिला गंमत वाटली.

आपल्याच तालात मग्न, त्याने दोन गल्ल्यांना जोडणाऱ्या फुटपाथवरून दोनतीनदा चक्कर मारली. काय बघत होता कोण जाणे. पण त्याच्या चालण्यातली मग्रुरी आणि दिसण्यातली निरागसता या दोन्हींमुळे मीता त्याचं निरीक्षण करण्यात कधी गुंतली ते तिलाही कळलं नाही.

तो एका दुकानासमोरच्या कचऱ्याच्या ढिगासमोर थांबला. सराईतपणे त्याने त्यात हात घालून एक स्टायरोफोमचा डबा काढला.

'ई! खाऊ नको ते.' मीताच्या डोक्यातले मूक संवाद. तिच्या नकळत तिने एक पाऊल पुढंही टाकलं.

तो डबा रिकामा होता. त्याने तो एकदोनदा झटकला आणि मग छपरावरून गळणाऱ्या पाण्याखाली धरला. त्यात पाणी भरल्यावर त्याने ते रस्त्यावर ओतलं. डबा उलटसुलट करून त्याने त्याचं निरीक्षण केलं आणि परत तो डबा सगळ्या बाजूंनी धुतला. त्याचं समाधान झाल्यावर त्याने तो डबा झटकून जितकं पाणी काढून टाकता आलं, तितकं काढलं. मग त्याने तो शर्टच्या टोकाने पुसून कोरडा केला.

मीताचं कुतूहल आता खरंच वाढलं होतं. ती त्याच्यामागं जायला लागली. दोन दुकानं पार करून तो एका ठिकाणी थांबला. रस्त्याच्या कडेला बऱ्याच छोट्याछोट्या गोष्टी पडल्या होत्या. तो उकिडवा बसला आणि त्यात काहीतरी हुडकू लागला. त्याच्यामागे जाऊन उभी राहिलेली मीता, त्याला उचलण्यासाठी तिच्या नकळत वाकली.

'अरे! असा रस्त्यावर नको बसू.' परत डोक्यातले मूक संवाद.

त्याला एक प्लॅस्टिकची अंगठी मिळाली. ती त्याने गळणाऱ्या पाण्याखाली धरून धुतली. शर्टला पुसून डब्यात ठेवली. पुढे रस्त्यावर ज्या ज्या गोष्टी त्याला आवडल्या, त्या त्याने अशाच पुसून आत ठेवल्या.

मीताच्या लक्षात आलं, की हा त्याचा ट्रेझर बॉक्स आहे. आत्तापर्यंत त्या मुलाच्याही लक्षात आलं होतं, की मीता त्याचं निरीक्षण करतेय. अचानक तो

मीतासमोर हात पसरून उभा राहिला, त्याच्या मग्रूर ऐटीत.

एरवी भिकारी मुलांची झुंड बघितल्यावर, मीताच्या मूडप्रमाणे एक तर तिच्या डोक्यात तिडीक जाई किंवा अपराधी वाटून तिला त्यांची दया येई. पण या मुलाशी बंध आधीच जुळले होते. तिने पर्स उघडून एक मोठा चॉकलेट बार त्याच्या हातावर ठेवला. एका क्षणात त्याच्या चेहऱ्यावर निरागस हास्य उमललं. त्याने तो बार डब्यात ठेवला आणि परत एका अधिकारानं हात पुढे केला. मीताने त्याच्या हातावर दहाच्या पाच नोटा ठेवल्या आणि वर सूचनाही केली, ''अच्छी तरह से अंदर रखो।''

त्याने काही न बोलता त्या नोटा घेतल्या आणि तो जसा तिच्या जगात आला, तसाच निघूनही गेला.

✠✠✠

''मॉम, टीव्ही चालत नाही.''

मीता भानावर आली. तो मुलगा! कदाचित थोडा मोठा असेल आपूपेक्षा, पण स्टायरोफोमच्या डब्याला ट्रेझर बॉक्स बनवून स्वत:ची करमणूक तर करत होताच, पण एकटा, बिनधास्त जगतही होता. त्या मुलाला आई असेल का? कदाचित नसावी. कुठली आई आपल्या मुलाला असं सोडेल? आपणच आपल्या मुलांना इतकं परावलंबी करतो का? दोघांत इतकी तफावत का असावी? असे खूप खूप प्रश्न.

मग तिला खूप पूर्वी ऐकलेली, अकबर आणि बिरबलाची गोष्ट आठवली. अकबर आणि बिरबल जंगलातून जात होते. एक आदिवासी बाई मूल झाल्यावर, त्याला पाठीला बांधून चालत जाताना अकबराने पहिली. नेहमीप्रमाणे त्याने लगेच फर्मान काढलं की, जर जंगलातल्या बायका अशा राहू शकतात, तर माझ्या बेगमांना इतक्या सुखसोयींची काय गरज? मग बेगमांनी बिरबलाकडे तक्रार केली. बिरबलाने शाही बागेतल्या झाडांचं पाणी बंद केलं. झाडं सुकायला लागली, तशी अकबराने चौकशी केली. यामागे बिरबल आहे हे कळल्यावर त्याने बिरबलाला विचारलं, ''झाडांचं पाणी का बंद केलं?''

बिरबलाने त्याच्या नम्र स्वरात उत्तर दिलं, ''जर जंगलातली झाडं पावसावर वाढतात, तर बागेतल्या झाडांचं कौतुक कशाला?''

अकबर भडकला, ''तुझं डोकं फिरलंय का? ती काय सारखी झाडं आहेत?''

लगेच बिरबलाने विचारलं, ''का? जर बेगमांची तुलना आदिवासी बाईशी होऊ शकते, तर गुलाबांची तुलना बाभळीबरोबर का करू नये?''

अर्थात, अकबराला आपली चूक लक्षात आली.

✠✠✠

''मॉम, मला भूक लागली,'' आपू मीताच्या हाताला धरून झुलत होता.

त्याच्या गोंडस चेहऱ्याकडे बघताना तिला जाणवलं, आपू हा आपू आहे, आणि तो मुलगा हा तो मुलगा. मी जर ही तुलना केली, तर माझ्यात आणि अकबराच्या मूर्खपणात फरक तो काय?''

✠✠✠

खोट्याच्या कपाळी गोटा

आयुष्यभराचा अनुभव गोळा करून आलेलं वार्धक्य समाधानाने जगण्याचं भाग्य सगळ्यांच्याच नशिबात नसतं. कित्येक वृद्ध घरांमध्ये एकेकटे किंवा दोघंच राहताना दिसतात. आयुष्यभर खस्ता खाऊन ज्यांना वाढवलं, ती मुलं सातासमुद्रापार किंवा दुसऱ्या शहरांमध्ये असतात. आर्थिक प्रश्न फारसा नसला तरी एकप्रकारचं रितेपण खायला उठतं. कित्येकदा तारुण्यात मारलेल्या छोट्या छोट्या इच्छा, अपेक्षा अशावेळी म्हातारपणी उफाळून येतात आणि त्या पूर्ण केल्याखेरीज चैन पडत नाही. त्या इच्छांचा आवेग इतका जास्त असतो, की अशावेळी अगदी जोडीदाराचाही विसर पडतो... आत्याबाई आणि मामांच्या आत्मकेंद्रित स्वभावामुळे मुलं आणि सुना त्यांच्या वाऱ्यालाही उभे राहत नसत. आधीच खडूस असलेल्या आत्याबाईंच्या इच्छा जेव्हा बळावतात, तेव्हा त्यांना स्वतःसमोर काहीच दिसत नाही. मग सुरू होते ती विनोदी घटनांची मालिका.

आत्याबाईंनी आपला चार पदरी बटवा उघडला आणि आत ठेवलेल्या नोटा आणि चिल्लर मोजली.

'हरे राम, आधी बघायला हवं होतं. सुमनकडे ऑटोनं जाण्याइतके पैसे नाहीयेत. आता काय करायचं? सकाळी पैशांचं लक्षात नाही आलं, नाही तर कपाटातून तेव्हाच काढून ठेवता आले असते.'

दुपारच्या जेवणानंतर नेहमीप्रमाणे मामांनी ताणून दिली होती. आता तर ते घोरायलाही लागले होते; म्हणजे आता दोन तास तरी ते उठणार नाहीत. आत्याबाई सुमनकडे जाणार होत्या हे त्यांना माहीत होतं, त्यामुळे त्यांना उठवण्याचा प्रश्न नव्हता. पण कपाटाच्या किल्ल्या मामांच्या उशीखाली होत्या.

आता आत्याबाईंकडे दोन पर्याय होते. एक म्हणजे सुमनकडे बसनं जाणं, नाही तर मामांच्या उशाखालच्या किल्ल्या काढून, कपाट उघडून पैसे काढणं. आत्याबाईंनी काही क्षण विचार केला.

मामांच्या उशीखाली हात घातला तर मामा उठणार. कितीही डाराडूर झोपले, तरी कपाटाच्या किल्लीत आणि पर्यायाने त्यात असलेल्या पैशांत त्यांचं मन गुंतलेलं असल्याने त्या बाबतीत त्यांची झोप अगदी सावध होती.

मामा उठणार म्हणजे त्यांना लगेच चहा लागणार. चहाबरोबर काहीतरी गरमगरम आलंच. आता त्यांच्या एकट्यासाठी कुठे खायला करणार, म्हणजे आत्याबाईसुद्धा खाणार. मग सुमनकडे जाण्याचा पूर्ण हेतूच बारगळला असता. आज आत्याबाईंना काहीही स्वयंपाक करायचा नव्हता. त्यांना जर चॉईस असता, तर त्यांनी हॉटेलमध्ये जाऊन खाल्लं असतं. पण मामांना बाहेरचं खाल्लेलं आवडायचं नाही, म्हणजे स्वतःचे पैसे खर्च व्हायचे म्हणून. कुणी दुसऱ्याने पार्टी दिली, तर ते दाबून खायचे. पण आत्याबाईंनी कधी 'बाहेर जेवू या' असं म्हटलं की लगेच 'म्हातारपणी बाहेरचे सोसत नाही आणि तूही खाऊ नकोस. आजारी पडलीस तर केवढ्याला पडेल ते' अशी कारणं द्यायचे. पैसे सगळे मामांच्या ताब्यात असल्याने आणि प्रत्येक रुपयाचा हिशेब ते मांडून ठेवत असल्याने आत्याबाईंना पैशांबाबतीत फारसं स्वातंत्र्य नव्हतं.

त्यामुळे आयतं खायला मिळण्याचा दुसरा पर्याय म्हणजे सुमनकडे जाणं. तिथे गेलं की खायला-प्यायला मिळणारच. आत्याबाईंना आज सुमनकडे आयता चहा घ्यायचा होता. ती जे खायला करेल - पोहे, उपमा वगैरे - ते मामांसाठी बांधून आणलं, तर रात्रीचा स्वयंपाक करण्याची कटकटही गेली. तेवढाच विरंगुळा आणि बदल.

या सर्वांच्या पार्श्वभूमीवर आत्याबाईंनी आता बसनेच जायचं ठरवलं. तसंही बस स्टॉप घरासमोरच होता. ती बस पोहोचायची स्टेशनकडे, पश्चिमेला. सुमनचं घर होतं पूर्वेला, पण स्टेशनजवळच होतं. ब्रिज क्रॉस करणं इतकेच कष्ट. पण ते ठीक होतं, कारण आत्याबाई तशा अगदी फिट होत्या.

बसमध्ये बसताच कंडक्टरने विचारलं, "काय आजी, कुठलं तिकीट देऊ?"

"स्टेशन, मी काय तुझी आजी आहे?" आपल्या जाड भिंगाच्या चष्म्यातून डोळे वटारत आत्याबाईंनी फटकारलं.

कंडक्टरने मुकाट्यानं तिकीट दिलं आणि तो पुढे सटकला.

शेवटचा स्टॉप होता, त्यामुळे एक डुलकी काढायला काही हरकत नव्हती. आत्याबाईंनी डोळे मिटले. हल्लीच त्यांनी गुलाबजाम हा पिक्चर बघितला होता. तो त्यांना फार आवडला होता. त्यांच्या डोळ्यांसमोर छानछान पदार्थ सरकायला लागले. गरमगरम पाकात तरंगणारे गुलाबजाम, त्याच्याभोवती बाकरवड्या, अळूवड्या. त्यातच तोही आला, पिक्चरचा हिरो. तोंडात एक गुलाबजाम खाऊन गट्ट करणारा. 'अहाहाहा'... त्यांच्या खांद्यावर लुडकलेल्या तोंडातून थोडीशी लाळही टपकली.

एव्हाना बस शेवटच्या स्टॉपला पोहोचली होती.

''अहो आ...,'' आजी म्हणता म्हणता मघाशी आत्याबाई डाफरल्या ते आठवून कंडक्टरने पटकन जीभ चावली.

''अहो! उठा की. स्टेशन आलं.''

आत्याबाई दचकून जाग्या झाल्या. हातातला बटवा सांभाळत खाली उतरल्या.

उद्या काहीतरी निमित्त काढून गुलाबजाम खाल्लेच पाहिजेत. आयुष्याचा काय भरवसा? वय तर झालंच आहे. उद्या टपकले, तर गुलाबजाम खायचे राहूनच जातील. सुमनच्या बिल्डिंगकडे जाताना रस्त्यात एक मिठाईचं दुकान होतं. काउंटरवर वेगवगळ्या मिठायांच्या थप्प्या लावल्या होत्या. आत्याबाईंच्या तोंडाला पाणी सुटलं. पण पुरेसे पैसे नसल्याने गुलाबजाम घेता आले नाहीत. दुधाची तहान आता ताकावर भागवावी लागणार. एक उसासा टाकत त्या सुमनच्या रस्त्यावर वळल्या.

हातात बटवा घेऊन डुलत डुलत आत्या बिल्डिंगमध्ये शिरल्या. ते खिडकीतून मनीने पाहिलं. ती ओरडत आत पळाली, ''आई, आई, पुलावरची आजी येतेय.''

'अरे बापरे! म्हणजे दोन तास गेले आता. परत काहीतरी पोहे, उपमा, शिरा वगैरे करावा लागणार हे वेगळंच. यांना फोनही करता येत नाही. मी घरी असेन हे यांना बरोबर कसं कळतं?' कपड्यांच्या घड्या घालता घालता सुमनच्या डोक्यात चक्र सुरू झालं.

हे खरंच होतं. सुमन पार्टटाइम नोकरी करायची. पण तिच्या येण्याजाण्याच्या वेळा तिच्यापेक्षा आत्याबाईंनाच चांगल्या लक्षात असायच्या. असं कधीच झालं नाही की आत्याबाई आल्या आणि सुमन घरी नव्हती.

सुमनने बऱ्याचदा 'फोन करून या' म्हणून आडून आडून सुचवलं. शेवटी सरळसरळ सांगितलं, तर आत्याबाई हसून म्हटल्या, ''अगं, तू घरी नसलीस तर मी समजेन एक चक्कर मारून आले म्हणून. काळजी करू नकोस. मला थोडेच काही धंदे आहेत आता.''

'तुम्हाला नसतील, पण मला आहेत ना. तुम्ही आलात की दोन तास जातात.' सुमनचे डायलॉग तिच्या मनातच.

आत्याबाईंची तिन्ही मुलं मुंबईच्या बाहेर होती. आत्याबाई आणि मामा, दोघांच्या आत्मकेंद्रित स्वभावामुळे मुलं आणि सुना त्यांच्या वाऱ्यालाही उभे राहत नसत. आत्याबाईंच्या घरी येण्याला सुमनचा विरोध नव्हता. तिचं म्हणणं इतकंच होतं की त्यांनी फोन करून यावं. अर्थातच, आपल्या विचित्र स्वभावामुळे आत्याबाईंनी हे उडवून लावलं, तर त्यात नवल ते काय होतं?

इकडे खाली आत्याबाईंना 'पुलावरची आजी' हे बरोबर ऐकू गेलं. 'पुलावरची आजी म्हणे. मी काय पुलावर राहते का? मागच्या वेळेस मी म्हटलं सुमनला, मनीला शिकव मला काय म्हणायचं ते. मला नाही आवडत ती 'पुलावरची आजी' म्हणते ते. तर ही म्हणते कशी, 'अहो, लहान आहे ती. तुम्ही पूल क्रॉस करून इथे येता, म्हणून ती तुम्हाला 'पुलावरची आजी' म्हणते. तिला कुठं कळतं काही.' अरे! पण तिला नसेल कळत, तरी तुला कळतं ना? मग? जाऊ दे, आता याच्यापेक्षा काय खायला मिळेल याचा विचार करू या.' आत्याबाईंच्या डोक्यातील चक्रे.

बेल वाजवायच्या आधीच मनीने दार उघडलं.

"आजी आली, आजी आली." आत्याबाईंच्या भोवती तिने एक नाच केला.

क्षणभर तरी आत्याबाईंच्या खडूस चेहऱ्यावर हसू उमटलं. 'पुलावरची आजी' म्हणते, पण निदान तिला मी आल्याचा आनंद तरी होतो.

हात पाय धुऊन आत्याबाई खुर्चीत विराजमान झाल्या. सुमनने दिलेलं थंडगार पाणी त्या घटाघटा प्यायल्या. बसमध्ये डुलकी लागून अचानक उठल्यानं त्यांच्या घशाला थोडी कोरड पडली होती. मग त्यांनी आपला बटवा उघडला आणि दोन चिक्कू काढले.

"हा घे एक चिक्कू तुझ्यासाठी आणि एक तुझ्या बाबांसाठी."

"आणि आईला?"

"अगं, तू खाल्लास आणि तुझ्या बाबांनी खाल्ला, की आईचं पोट भरणार," आत्याबाईंची मुक्ताफळं.

मनीला आत्याबाईंचं तर्कशास्त्र काही कळलं नाही. तिने दोन्ही चिक्कू आईच्या हातात नेऊन दिले आणि ती खेळायला शेजारी गेली.

'हे नेहमीचच होतं. करायला सुमन, खायला मंगेश. आणि मजा म्हणजे, चिक्कूच आणायच्या नेहमी. पुढच्या वेळी मामांना खायला घालते आणि सांगते की मामांनी खाल्लं काय किंवा तुम्ही खाल्लं काय, दोन्ही एकच.' अशा गोष्टी सुमन मनातच बोलत असे.

मंगेश त्यांच्या दिवट्या भावाचा मुलगा. भावावर नव्हता, इतका जीव त्यांचा भाच्यावर, म्हणजे मंगेशवर होता. लग्नानंतर आत्याबाईंना दहा वर्षं मूलबाळ नव्हतं. सगळे प्रयत्न करून झाले. डॉक्टरांपासून अंगारे-धुपाऱ्यांपर्यंत. मंगेश झाला आणि

दोन महिन्यांतच आत्याबाईंना गुड न्यूज मिळाली. हे सगळं मंगेशच्या पायगुणामुळे हा त्यांचा ठाम विश्वास होता. त्यातल्या त्यात सगळ्या भाचे-पुतण्यांत मंगेशलाच त्यांच्याबद्दल थोडी आपुलकी होती. सुमनही नेहमीच त्यांचं आदरातिथ्य करायची. म्हणूनच आत्याबाईंनाही इथे हक्काने यावंसं वाटायचं.

"मंगेश कधी येणार ऑफिस मधून?"

"त्याचा काही नेम नसतो. कधी सात तर कधी दहासुद्धा वाजतात. त्याला भेटायचं तर तुम्हाला इथं राहावंच लागेल. राहता का?" उगीचच विचारायचं म्हणून सुमनने विचारलं.

"नाही गं! हे घरात एकटेच आहेत विसरलीस का? आणि काय गं, कितीदा सांगितलं तुला, मंगेशला 'अरे-तुरे' करू नकोस. नवरा आहे ना तो तुझा?"

"अहो आत्याबाई, तुमचा जमाना गेला आता. तो मला 'तुम्ही' म्हणतो का, मग मी त्याला 'अहो' कशाला म्हणू?" हा संवाद त्या दोघींमध्ये नेहमीच व्हायचा. काळ बदललाय हे आत्याबाईंनाही माहीत होतं, त्यामुळे त्याही हे बोलणं मनावर घेत नसत.

"निदान माझ्यासमोर म्हणण्याचं नाटक तरी कर." आत्याबाईंचा मूड आज जरा बरा दिसत होता.

"कशाला उगीचच नाटक. तुम्हाला तर माहीत आहे, की मी त्याला तूच म्हणते ते," सुमनने हसून टोला हाणला.

"मामा काय म्हणतायत?" सुमनने बोलायला दुसरं काही नसल्यानं विचारलं.

"मामा? मजेत झोपा काढतायत. मी निघाले तेव्हा मस्त घोरत होते. सगळे पैसे कपाटात जपून ठेवलेत. झोपताना किल्ली उशाशी ठेवून झोपतात. काय करणार आहेत इतके पैसे जपून ठेवून कोण जाणे?"

सुमनला मामांचं पुराण ऐकायचं नव्हतं, म्हणून तिने पटकन विषय बदलला, "आत्याबाई, चहा करू की कॉफी? आणि खायला काय करू? शिरा, पोहे की उपमा करू?"

"शिराच कर. आज गोड खायची इच्छा होतेय. मग कॉफी कर."

"बरं, जास्तच करते, म्हणजे तुम्हाला घरीही नेता येईल," सुम्न म्हणाली. तिला आत्याबाईंचं रूटीन माहीत होतं.

''अगं, शिरा नको. उपमाच कर. नाहीतर मला घरी जाऊन रात्रीचा स्वयंपाक करावा लागेल. हे थोडेच खाणार आहेत शिरा जेवणाऐवजी. उपमा चालतो.''

''बरं, ठीक आहे. आणि गोडावरून आठवलं, मी काल गुलाबजाम केले होते. तुम्हाला जाताना डब्यात घालून देते.''

''गुलाबजाम!'' आत्याबाई जवळ जवळ पडल्याच खाली.

''सच्चे दिल से मांगो तो भगवान भी मिलता है! हे खरंच म्हणायचं. पण भगवान काही कामाचा नाही. गुलाबजाम जास्त चांगले.

फार प्रयत्नपूर्वक स्वत:च्या आनंदावर काबू ठेवत त्यांनी विचारलं, ''गुलाबजाम, सहजच का?''

''काल श्रावण सुरू झाला ना? मी घरी होते, मनीला खायचे होते. मग केले.''

वरून शेव, ओलं खोबरं, कोथिंबीर घातलेला गरमगरम उपमा भरपूर खाऊन झाला. त्यावर वाफाळती कॉफी झाली. कॉफी करावी तर सुमननेच. आत्याबाईंनी या सगळ्याचा मनसोक्त आस्वाद घेतला, पण त्यांचं अर्धं लक्ष सुमन गुलाबजाम देते की नाही याकडेच होतं. उगीच विसरली तर?

सुमनने मामांसाठीचा उपमा एका डब्यात भरला आणि दुसऱ्या डब्यात सहा गुलाबजाम टाकले, तेव्हा आत्याबाईंचा जीव भांड्यात पडला. दोन्ही डबे पिशवीत टाकत आत्याबाई उठल्या.

''येते गं आता. गर्दी व्हायच्या आत घरी गेलेले बरे.''

आत्याबाई खाली उतरल्या तशी सुमनने हुश्श केलं. 'चला, आता निदान महिनाभराची सुटका.'

✠✠✠

बसमधून उतरल्यावर आत्याबाई घरी जायच्या ऐवजी देवळाकडे वळल्या. घाईघाईनं त्यांनी देवदर्शन उरकलं आणि मग झाडाखाली पारावर येऊन बसल्या.

पिशवीतून गुलाबजामचा डबा काढून त्यांनी तो काळजीपूर्वक उघडला. आतील गुलाबजाम बघून त्यांना अगदी भरून आलं. सुमनने सहा गुलाबजाम दिले होते. आत्याबाईंनी आधीच ठरवलं होतं, की मामांना फक्त दोनच द्यायचे आणि चार आपण खायचे. घरी गेल्या असत्या, तर हे शक्यच नव्हतं. म्हणूनच त्या पारावर येऊन बसल्या.

एक गुलाबजाम हातात घेऊन त्यांनी तो अलगदपणे तोंडात सोडला आणि काय, एका क्षणातच तो विरघळला. सुमनच्या हातात खरंच जादू होती. असे रेशमासारखे, मुलायम गुलाबजाम केले होते ना! मन नाही भरलं. आत्याबाईंनी दुसरा गुलाबजाम उचलला. त्याचीही तीच गत. चव कळण्याआधीच गुलाबजाम तोंडात विरघळत होते. दुसऱ्या गुलाबजामनंतर त्यांची जीभ अगदी खवळली. तसंही त्यांनी चार गुलाबजाम खायचं ठरवलंच होतं, मग ते इथे खाल्ले की घरी खाल्ले, काय

फरक पडणार होता? मामांना कुठे कळणार होतं डब्यात किती गुलाबजाम होते ते. शेवटी आत्याबाईंनी तिसरा गुलाबजाम उचललाच. तो तोंडात टाकणार इतक्यात...

"ओ दादीजी. थोड़े पैसे दे दो ना," एक भिकारी मुलगा समोर आला. त्याला हाताने शुक् शुक् करून हाकलताना गुलाबजामच्या रसाचा ओघळ त्यांच्या पदरावर सांडला. अर्थात, गुलाबजाम खाण्याच्या धुंदीत त्यांच्या काही हे लक्षात आलं नाही. तिसरा गुलाबजाम खाल्ल्यावर आता एकच गुलाबजाम ठेवून काय करायचं म्हणून त्यांनी चौथा गुलाबजामही स्वाहा केला. डबा बंद करून त्यांनी हात धुतले. पुन्हा एकदा देवासमोर डोळे मिटून हात जोडले, तर काय, दोन गुलाबजाम त्यांच्या डोळ्यासमोर तरंगले आणि मामांच्या कंजूसपणाचा राग त्याच वेळी उफाळून आला.

'मी इतके कष्ट करून सुमनकडे जाऊन हे गुलाबजाम आणले. या कद्रू माणसाला का देऊ? देवाला हात जोडताना मिटल्या डोळ्यांसमोर गुलाबजाम दिसले म्हणजे दृष्टांतच की.' ही दृष्टांताची कल्पना इतकी भारी होती, की त्या लगेच पाराकडे गेल्या आणि मनात काही दुसरा विचार येण्याआधीच त्यांनी उरलेले गुलाबजाम गपकन खाऊन टाकले. आता डब्यात काहीच उरलं नसल्यानं समाधान होण्याशिवाय पर्याय नव्हता.

✠✠✠

मामा आरामखुर्चीत बसून डुलत होते. हातात पेपर होता, पण त्यांचं लक्ष मात्र दाराकडे होतं. 'ही बाई कधीची बाहेर गेलीय. माझी काही पर्वाच नाही. थर्मासमधला चहा काय चहा असतो का? आता निदान सुमनकडून काहीतरी खायला आणेल तर बरं. हिच्या हातचं खाऊन अगदी कंटाळा आलाय. पण सुमनने दिलं तरी हिने रस्त्यात नको खायला. काही भरवसा नाही. पक्की खादाड आहे आणि खाण्यापुढे तिला नवऱ्याची आठवणही होणार नाही.'

मामा आणि आत्याबाई एकमेकांना अगदी पूरक होते. इतकी वर्षं संसार केल्याने ते दोघे एकमेकांना पुरते ओळखून होते. दोघे आत्मकेंद्रित. मामा एक नंबरचे कंजूस आणि आत्याबाई अतिशय बेरक्या. दोघांनाही एकमेकांबद्दल आणि इतरांबद्दल फारसं प्रेम वाटत नव्हतं. नातवंडं आली तर मामांना ती कटकट वाटायची आणि आत्याबाईंना एक्स्ट्रा काम. मग कोण येणार यांच्याकडे? मुलं एकदोनदा आपल्या घरी घेऊन गेली तर इतकी कटकट केली, की परत त्यांनी यांना नेण्याचा विचारच केला नाही. मामांनी खूप पैसे कमावले, पण कधी स्वतःवर किंवा आत्याबाईंवर खर्च केला नाही. आत्याबाईंची हौसमौज कधी झालीच नाही. मग त्यांना तरी दोष कसा द्यायचा?

✠✠✠

आत्याबाई समाधानाने घरी पोहोचल्या. दारात पाय ठेवताच मात्र तो आनंद हरवून गेला. मामांनी आपल्या किरट्या आवाजात विचारलं, ''किती हा उशीर? काय चालत आली का घरी?''

''नाही हो, देवळात गेले होते. कालच श्रावण सुरू झाला ना.'' खरं म्हणजे श्रावण सुरू झाला हे आत्याबाई विसरल्याच होत्या, पण मघाशी सुमनने आठवण करून दिल्याने हे कारण बरं सापडलं.

''हो का, बरं. मग प्रसाद दे की.''

हरे राम, गुलाबजाम खाण्याच्या तंद्रीत आत्याबाई प्रसाद घ्यायचं साफच विसरल्या होत्या. आता काय सांगायचं?

''अहो, साखरफुटाणे होते. वाटेत ती उमा भेटली. तिचा मुलगा होता तिच्याबरोबर, तिला दिला. उद्या परत जाईन देवळात, तर घेऊन येईन.''

आता आत्याबाईंचा स्वभाव उदार आणि मनमिळावू असता, तर मामांचा विश्वास बसला असता, की त्यांनी आपला प्रसाद कुणाला तरी दिला.

''तू काय कुणाला काही देणार? त्यापेक्षा कावळ्यानं नेला असं तरी सांगायचं ना,'' मामा तिरकसपणे म्हणाले.

''आता काय त्या उमाला घेऊन येऊ का तुमची खात्री करायला? जास्त बडबड केली, तर सुमनने दिलेला उपमा गरम करून देणार नाही. मग बसा बोंबलत,'' आत्याबाई आता एकदम भडकल्या.

'काय भाषा आहे या बाईची? कधीपासून असं बोलायला लागली कोण जाणे? अति टीव्ही बघण्याचा हा परिणाम.''

''मी करेन गरम. तुला कष्ट घ्यायची गरज नाही.'' मामा आत्याबाईंच्या हातातून पिशवी घ्यायला त्यांच्या जवळ गेले, तर त्यांना काहीतरी गोड वास आला. जरा निरखून बघितलं तर आत्याबाईंच्या क्रीम कलरच्या साडीवर त्यांना डार्क रंगाचा ओघळ दिसला. मामांची नजर चष्म्यातून असली, तरी घारीची होती आणि नाक तीक्ष्ण होतं. हा डाग साखरेच्या पाकाचा होता हे त्यांनी लगेच ओळखलं. त्यांनी पटकन आत्याबाईंच्या पदराला बोट लावलं, तर त्यांचं बोट चिकट झालं.

''बाजूला व्हा, हे काय करताय? मला हातपाय धुवून कपडे बदलायचेत.'' आत्याबाई लगबगीने बाथरूममध्ये गेल्या. साडी लगेच बदलली पाहिजे, नाही तर ह्या म्हाताऱ्याला लगेच कळेल. पण या गडबडीत त्या विसरल्या की गुलाबजामचा रिकामा डबा पिशवीतच होता. इथे मामांना लागलेली भूक. वर आत्याबाईंनी आत्ताच धमकी दिलेली, की उपमा गरम करून देणार नाही म्हणून. मग ते कशाला वाट बघतायत. त्यांनी पिशवी उघडली तर पिशवीत दोन डबे. एक जड तर दुसरा

हलका. अर्थातच त्यांनी जड डबा पहिल्यांदा उघडला. त्यात होता काठोकाठ भरलेला उपमा. त्याचा खमंग वास त्यांच्या घ्राणेंद्रियात गेला आणि त्यांची भूक चाळवली. त्यांनी उपमा भांड्यात काढून गॅसवर गरम करायला ठेवला.

दुसरा डबा उघडला त्यात काहीच नव्हतं, पण पाकाच्या ठश्यांवरून त्यात काय असावं आणि किती असावं हे न कळण्याइतके मामा मूर्ख नव्हते.

तितक्यात आत्याबाईंना आठवलं की डबा पिशवीतच राहिला आणि त्या गडबडीत हातात टॉवेल घेऊन बाथरूममधून बाहेर पडल्या. मामांच्या हातातला रिकामा डबा आणि मामांचा आंबट झालेला चेहरा बघून आपलं पितळ उघडं पडलं हे त्यांच्या लक्षात आलं.

आता काय सांगायचं, गुलाबजाम देवाला दिले की कावळ्यानं नेले?

✠✠✠

मी, ती आणि तो

महाविद्यालयातलं फुलपाखरी जीवन संपून आयुष्य पुढे चालू लागतं, तरी त्या काळातल्या आठवणी पुसल्या जात नाहीत. आपापल्या आयुष्यात सुस्थिर झाल्यावरही त्या काळातले मित्रमैत्रिणी भेटले, तर आपण आनंदतोच. पण महाविद्यालयीन जीवन संपवून आपण पुढे आलो आहोत, याचं भान ठेवतो. पण काही माणसं मात्र हे भान गमावताना दिसतात. योगेश आणि सुमा महाविद्यालयीन काळात एकमेकांच्या जवळ होते. पण कालांतराने दोघांचीही आयुष्ये वेगवेगळ्या वळणांनी गेली. पण एका अपघाताच्या निमित्ताने पुन्हा समोर आल्यावर योगेशला सुमा त्याच्या आयुष्यात पुन्हा हवीशी वाटू लागली. त्याचं तिच्यावर प्रेम होतं म्हणून नव्हे, तर ती तिच्या आयुष्यात सुखी आहे, तिला आपली गरज नाही, हे सहन न होऊन तिच्यावर मालकी हक्क गाजवण्यासाठी... योगेश आणि सुमा दोघांचंही लग्न झालेलं असताना आणि दोघांचंही आयुष्य सुखेनैव सुरू असताना योगेशला वाटणाऱ्या या भावनांना सुमा कशी तोंड देईल... आता पुढे काय?

"Mam, please sit down. You are hurt and I need to take your vitals." अनोळखी आवाजानं ती दचकली. "कुठं आहे मी?" तिच्या डोक्यात सगळंच धूसर होते. कुणीतरी तिला सांगत होतं, "Don't worry. Your insurance will take care of it."

पण तिला ऐकायचं होतं 'जे झालं त्यात तुझी चूक नाहीये'. पण तसं कुणीच बोललं नाही. बाजूला पार्क केलेल्या तिच्या कारकडे तिने पाहिलं. समोरचा भाग पूर्ण चेपला होता. एअरबॅग फुटली होती. म्हणजे झालं. माझी कार गेली.

कुणीतरी तिच्या चेहऱ्यावरच्या जखमा हळुवारपणे पुसत होतं. तिला त्या स्पर्शाने बरं वाटलं. तितक्यात पॅरामेडिक ऑफिसरने तिला काहीतरी विचारलं. तिने गोंधळून प्रश्नार्थक नजरेनं त्याच्याकडे पाहिलं.

"You need to go to the hospital to make sure that there are no internal injuries. Do you have someone to take you to the hospital or should we call an ambulance?"

सुमाने फोन काढला आणि म्हणाली, "I'll call my husband. I don't need an ambulance." रोहितने नेहमीप्रमाणे फोन उचलला नाही. पण तिने फोन बंद केल्या केल्या लगेच त्याचा फोन आला.

"रोहित, माझा मोठा ॲक्सिडेंट झालाय. मी होमस्टेड स्क्वेअरला आहे. तू लगेच ये." रोहितने काही प्रश्न विचारण्याच्या आधीच तिने फोन बंद केला.

'असा कसा झाला ॲक्सिडेंट? किती लागलं असेल सुमाला? तिने सगळं न सांगता फोन का बंद केला?' रोहितच्या डोक्यात असंख्य प्रश्न होते.

सुमाने पॅरामेडिक ऑफिसरला 'तिचा नवरा तिला न्यायला येतोय' असं सांगितलं. तितक्यात तो समोर आला.

मघाशी ओझरतं बघितल्याने तिचा तो योगेशच होता यावर विश्वास बसला नव्हता, पण आता खात्री पटली.

योगेश समोर येताच सुमाच्या डोळ्यांतली भीती तिच्याबरोबरच्या पोलिसाच्या ट्रेन्ड नजरेला स्पष्ट दिसली. तो सहजतेने दोघांच्या मध्ये सरकला. योगेश त्याच्या नेहमीच्याच ताठ्यात म्हणाला, "I know her. I can take her to the hospital."

सुमा शहारली. अजूनही तोच अहंकार. याने ॲक्सिडेंट केला, पण अजून तो 'सॉरी'ही म्हणाला नाहीये.

"नको. माझा नवरा येतोय."

"ठीक आहे, मग मी इथे थांबतो तो येईपर्यंत."

एअर बॅग सुमाच्या तोंडावर फुटल्यामुळे तिच्या चेहऱ्यावर काही ठिकाणी छोट्या जखमा झाल्या होत्या. तिचा ओठ एकीकडे फाटला होता. चेहऱ्यावर आता सूज यायला सुरुवात झाली होती. जर योगेशने तिला ॲक्सिडेंट झाल्या झाल्या बघितलं नसतं, तर त्याने तिला ओळखलंही नसतं.

योगेशच्या बरोबर सुमा कम्फर्टेबल नाही हे पोलिसाच्या लक्षात आलं होतं. त्यामुळे सुमाला न्यायला कुणीतरी आल्याशिवाय तो तिथून हलणार नव्हता. त्याने सुमाला परत विचारलं, "Mam, are you sure about the ambulance? Then can you sign these waivers?"

तिने ऑफिसरला 'थँक्स' म्हणून पेपरवर सही करायला हात पुढे केला, तोच हातातून कळ आली. तिच्या मनगटावर रक्ताचे ओघळ वाळले होते.

पोलिसाने पॅरामेडिक ऑफिसरला बोलावलं.

"Oh, how did I miss it? Sorry, let me fix it."

मनगटातून कळ आली, तशी तिच्यासमोर एकोणीस-वीस वर्षांची सुमा उभी राहिली. मनगटाला घट्ट धरून, प्रयत्नाने डोळ्यांतून येणारे अश्रू रोखण्याचा प्रयत्न करणारी. योगेश तिला बऱ्याचदा भेटायला बोलवायचा. वेळ दिलेली असली, तरी तो नेहमीच उशीरा यायचा. सुमा मात्र ताटकळत त्याची वाट बघत उभी राहायची. एकदा सुमा उशिरा पोहोचली आणि अर्थातच त्याच दिवशी योगेश वेळेवर पोहोचला होता. सुमा तिथे नसलेली बघून त्याचं डोकं फिरलं. सुमा धावतपळत तिथे पोहोचली, तसा त्याने तिचा हात घट्ट धरून पिरगाळला; इतक्या जोरात, की सुमा जवळजवळ किंचाळलीच. ती आठवण आली आणि सुमा शहारली.

पॅरामेडिक ऑफिसरने एव्हाना तिची जखम स्वच्छ करून पट्टी बांधली होती. सुमाच्या चेहऱ्यावरच्या वेदना बघून त्याने काळजीनं विचारलं."Are you all right?"

"Yes, I am fine. Thanks," सुमा म्हणाली.

सुमाला आता प्रचंड थकवा आला होता. हे सगळं संपून कधी घरी जाते असं तिला झालं होतं. बाकीचे पोलीस आणि पॅरामेडिक जायला निघाले, पण तिच्याबरोबर बोलणारा पोलीस मात्र घुटमळत होता. त्याला सुमाला शक्यतोवर एकटे सोडून जायचं नव्हतं. तितक्यात रोहित आला.

"सुमा, कशी आहेस? किती लागलंय तुला? असा कसा झाला ॲक्सिडेंट?" त्याचा आवाज थरथरत होता.

"मी ठीक आहे, रोहित. सगळ्या वरवरच्या जखमा आहेत. दोनचार दिवसांत भरतील. चल, क्लिनिकमध्ये जाऊ या."

"We are towing her car. She needs to go to the clinic. Here is my card. Please call me if you need any assistance. Your police report will be ready in two days if you want to pick it up," पोलीस ऑफिसर म्हणाला. रोहितने त्याला 'थँक्स' म्हटलं.

ती खुर्चीतून उठायला लागली, तशी तिच्या गुडघ्यातून प्रचंड कळ आली आणि ती पटकन खाली बसली. रोहितने तिला आधार देऊन हळूहळू उठवलं.

योगेश बाजूला उभा राहून, सुमा ओळख करून देईल याची वाट बघत होता. पण जेव्हा सुमाने त्याच्याकडे बघितलंसुद्धा नाही, तेव्हा तोच पुढे आला.

"मी योगेश. I am sorry पण माझ्यामुळेच हा ॲक्सिडेंट झाला. मी सुमाला ओळखतो म्हणून थांबलो. हे माझं कार्ड. इन्शुरन्स सगळं करेलच, पण अजून काही लागलं तर..." योगेशने त्याचं कार्ड दिल्यावर रोहितला त्याचं कार्ड देण्यावाचून पर्याय नव्हता.

काय करावं या बाबतीत रोहितचा गोंधळ उडाला होता. याने ॲक्सिडेंट केला, पण ॲक्सिडेंट सांगून थोडेच होतात. शिवाय, हा म्हणाला की तो सुमाला ओळखतो.

सुमासाठी रात्र सरत नव्हती. प्रत्येक वेळी डोळे मिटले, की तिची कार दुसऱ्या कारवर आदळून झालेला ॲक्सिडेंट ॲक्शन रिप्लेसारखा पुनःपुन्हा तिच्या डोळ्यांसमोर येत होता. समोरून येणारी कार, ब्रेक न लावता आल्याची असहायता, मोठा क्रॅश, एअरबॅगचं फुटणं, धूर धूर सगळीकडे... श्वास कोंडल्यासारखा होऊन सुमा सारखी दचकून उठत होती.

पण ॲक्सिडेंटपेक्षाही तिला जास्त भीती योगेशची वाटत होती. तो तिला तिच्या आयुष्यात यायला नको होता. योगेश अत्यंत हुशार, दिसायला बऱ्यापैकी देखणा, पण तितकाच बेरकी. त्यात भर म्हणजे तो 'बुली'ही होता. या सगळ्यांचं कॉम्बिनेशन भयंकर होतं. ते दोघे कॉलेजमध्ये भेटले; भेटले म्हणजे, सुमाला कॉलेजमध्ये कुणा मुलाने छेडलं आणि फिल्मी स्टाईलमध्ये योगेशने सुमाची बाजू घेतली. मग उपकाराच्या भावनेतून सुमा त्याच्याशी बोलायला लागली. योगेश स्वतः बुली होता याची तिला बिचारीला कल्पनाही नव्हती. पहिल्यांदा तो सुमाशी गोड वागायचा. मग तिने त्याच्याशी बोलायला सुरुवात केल्यानंतर त्याने आपले रंग दाखवायला सुरुवात केली.

सुमापेक्षा तो फक्त दोन वर्षांनी मोठा होता, पण त्याने तिच्या पूर्ण आयुष्याचा कंट्रोल घेतला. थोडक्यात म्हणजे, सुमाने कॉलेजमध्ये कधी यायचं, काय करायचं, कुणाबरोबर बोलायचं हे सगळं तोच ठरवायचा. कधी चुकून जर सुमाने त्याचं ऐकलं नाही, तर तो तिला दमदाटी करायचा. कान खेचणं, हात पिरगाळणं, घालूनपडून बोलणं हे तर नेहमीचंच होतं, पण एकदोनदा त्याने सुमावर हातही उचलला होता. सुमा आधीच घाबरट आणि योगेशच्या धाकामुळे ती अजूनच कोमेजून गेली. सुमा घुसमटली होती. पण बाहेर कसं पडणार? योगेशच्या मनाविरुद्ध काहीही करण्याची तिची हिंमत नव्हती. त्याने तिच्याकडे नुसतं पाहिलं, तरी तिच्या पोटात गोळा यायचा.

साधारण एका वर्षानंतर एक दिवस तिची अचानक सुटका झाली. योगेशला एम.टेकसाठी आयआयटी दिल्लीला ॲडमिशन मिळाली आणि त्याने कॉलेज सोडलं. सुरुवातीला काही दिवस त्याने दिल्लीहूनही रोज फोन करून सुमावर कंट्रोल ठेवण्याचा प्रयत्न केला, पण हळूहळू त्याचे फोन कमी झाले आणि मग बंद झाले. तरी बरेच महिने फोनची रिंग वाजली की सुमा दचकायची. जवळजवळ वर्षभरानं योगेश तिच्या आयुष्यातून खरंच गेल्याची तिला खात्री पटली आणि ती थोडी मोकळी झाली.

मग काही वर्षांनी तो अमेरिकेला गेला म्हणून कळलं आणि मग सुमाला खऱ्या अर्थाने शांतता मिळाली. रोहित आणि सुमा अमेरिकेला शिफ्ट होईपर्यंत तिच्या मनातून योगेश पूर्णपणे पुसला गेला होता.

आणि आता, इतक्या वर्षांनी योगेशचं असं भेटणं म्हणजे सुमासाठी दुःस्वप्नाचीच सुरुवात होती.

योगेश किल्लीने दार उघडून आत आला. दाराचा आवाज ऐकून सखी बाहेर आली. योगेश कधीच दार उघडून आत येत नसे. कारचा आवाजही नाही आला. काय झालं असावं याचा सखीला अंदाज नव्हता. योगेशला प्रश्न विचारायचे नसतात हे तिला अनुभवानं माहीत होतं. ती पाणी घेऊन आली, तशी योगेश तिच्यावर डाफरला, ''लगेच जेवायला वाढ. भूक लागलीय.''

जेवताना त्याचं लक्ष दुसरीकडेच असल्यानं सखी गप्पच बसली.

योगेशची रात्रही कुठेतरी अडकली होती. 'काय योगायोग आहे! माझी कार सुमाच्या कारवरच आदळावी? अजूनही सुमा तशीच दिसते. फारशी बदलली नाही. त्या वेळी मला आवडणारे तिचे लांबसडक केस आता नाहीत, पण आताची हेअर स्टाईलही तिला छान दिसते. तिचा नवराही बरा दिसतोय.' खरं तर रोहित दिसायला योगेशपेक्षा चांगला होता, पण हे अहंकारी योगेशने कधीच मान्य केलं नसतं.

'दोघांच्याही टेस्ला गाड्या. म्हणजे मस्त चाललेलं दिसतंय.' योगेशला आयुष्यात जे काही हवं होतं, ते त्याने मिळवलं होतं. पण आपण सुमाला सोडल्यावर तिने इतकं आनंदात असावं याची त्याला असूया वाटली.

सुमा अमेरिकेत आहे हे योगेशला माहीतही नव्हतं. ती कधी त्याच्या आयुष्यात होती याची त्याला इतकी वर्षं आठवणही नव्हती, पण आता तिला बघितल्यापासून त्याला ती हवी होती. तिच्या विचारांनी त्याची बेचैनी वाढली होती.

सकाळी योगेशने फर्मान काढलं, ''मला ड्रॉप करून तू ऑफिसला जा. माझा काल ॲक्सिडेंट झाल्यामुळे कार पूर्ण डॅमेज झालीये. संध्याकाळी रेंटल घेऊन येईन.''

''कसा झाला ॲक्सिडेंट?'' सखीने विचारण्याआधीच योगेश अंघोळीला गेला.

त्याच्या डोक्यात सुमा असल्यानं ऑफिसला पोहोचेपर्यंत तो काहीच बोलला नाही. सखीला प्रश्न पडले होते, पण उगीच विचारून त्याचा ओरडा खाण्यापेक्षा अज्ञानात सुख मानावं असं तिनं ठरवलं. तसंही ॲक्सिडेंटमध्ये योगेशला काही लागल्याचं दिसत नव्हतं.

खाली उतरल्यावर त्याने साधं तिला 'बाय'ही केलं नाही. मग मात्र तिने धीर करून विचारलंच, ''संध्याकाळी घ्यायला येऊ?''

ऑफिसच्या समोरच असल्याने योगेश तिच्यावर डाफरला नाही.

''सांगितलं ना मघाशी, रेंटल घेऊन येईन म्हणून. काही प्रॉब्लेम झाला तर सांगीन तुला. मला यायला उशीर होईल. माझ्यामुळे जिचा ॲक्सिडेंट झाला, तिला भेटायला जाईन म्हणतोय.''

योगेशने न विचारता इतकी माहिती दिली. सखीला अगदी धन्य झालं. त्यामुळे 'ॲक्सिडेंट झाला कसा' हे ती योगेशला विचारायलाच विसरली.

''हॅलो सुमा, कशी आहेस? I am sorry, माझ्यामुळे तुझा ॲक्सिडेंट झाला.''
तिचे शब्द घशातच अडकले. 'योगेश फोनवर? याला घरचा नंबर कसा मिळाला?'
''सुमा, आहेस नं?''
''हं...''
''मी संध्याकाळी ऑफिसमधून तुला भेटायला येऊन जाईन.''
सुमाच्या हृदयात आता धडधड नाही, तर घण पडत होते.

''नको, त्याची काही गरज नाही. मी ठीक आहे. थँक्स,'' कापऱ्या आवाजात ती इतकंच बोलू शकली. तिने काही विचार न करता फोन ठेवून दिला आणि ती दोन्ही हातांत डोकं घालून खाली बसली. 'का आला हा परत माझ्या आयुष्यात?'

योगेशचा चेहरा गरम झाला. 'सुमा इतकी बदलली? मला नाही म्हणाली? पूर्वी डोळे वर करून बोलण्याची हिंमत नव्हती तिची. आणि आता...'

✠✠✠

"अगं, सुमा कोण आलंय बघ." रोहित दार उघडून आत आला. सुमाच्या मनात पाल चुकचुकली. न बघताच तिला माहीत होतं कोण आलंय ते.

रोहितच्या मागे योगेश होता, हातात फुलांचा मोठा गुच्छ घेऊन. घर तर मस्त दिसतंय. प्रशस्त, नीटनेटकं आणि चांगल्या वस्तीत. मिलियन डॉलर्सचं तरी असेल. फार तर चारपाच वर्षं झाली असतील यांना इथे येऊन, पण खूपच प्रगती केलेली दिसतेय. योगेशच्या मनात परत असूया डोकावली.

योगेशचं स्वत:चं घर यापेक्षा मोठं होतं आणि बे एरियातल्या श्रीमंत वस्तीतही होतं. पण दुसऱ्या कुणाचंही चांगलं झालेलं योगेशला बघवत नसे. आणि इथे तर प्रश्न सुमाचा होता. ती त्याच्या आयुष्यात नव्हती, पण खुशीत होती. हे म्हणजे जरा अतिच होतं.

सुमाच्या पोटात गोळा आला. तिने चेहरा निर्विकार ठेवण्याचा प्रयत्न केला, पण तिच्या डोळ्यांतली भीती, ती योगेशला दिसलीच. त्याला कुठेतरी समाधान वाटलं. 'चला, म्हणजे अजूनही मला घाबरते तर.'

तिच्यासमोर फुलं धरून त्याने नाटकीपणे 'फॉर यू' म्हटलं.

तिने हात पुढे केला नाही आणि त्याला फुले टेबलवर ठेवायला सांगितली. योगेशने तिच्याकडे भेदक नजरेने पाहिलं, पण तो तसा पाहणार हे तिला माहीत असल्याने ती आधीच वळली होती.

"मी चहा करते. रोहित, तू बस इकडे."

"सुमा, तू बस. मी चहा करतो आणि कुकरही लावतो," रोहित पटकन म्हणाला.

"पण..."

"पण काय, सुमा? तुला विश्रांतीची गरज आहे. आणि आपण सर्व किचन मध्येच बसू नं. तिच्या पाठीवर हात ठेवत तो तिला टेबलपाशी घेऊन गेला.

योगेश मागे होताच. त्यांच्यातील ती जवळीक त्याला खटकली. पण काही न दाखवता त्याने संभाषण चालूच ठेवलं.

"मग सुमा, कुठे जॉब करतेस?"

"सिस्कोत." सुमाने ठरवलं होतं की मोजकंच बोलायचं.

"आणि, रोहित, तू?"

"गुगल, आणि तू काय करतोस?"

"मी स्टार्टअप माणूस! हे माझं तिसरं स्टार्टअप. दोन विकले गेले. मागच्या वर्षी मला आंत्रप्रेन्युर ॲवॉर्डही मिळालं आणि स्पेशल कॅटेगरीतून ग्रीन कार्डसुद्धा.

मला मागच्या वर्षी गुगलमध्ये ऑफर आली होती, पण मी नाही म्हटलं. स्टार्टअपची मजा मोठ्या कंपनीत नाही. तू का नाही जॉईन करत स्टार्टअप? माझे आहेत खूप काँटॅक्ट्स. ग्रीन कार्डही सहज मिळून जाईल.''

'किती टिपिकल! याला स्वत:ची तुतारी फुंकल्याशिवाय चैन कशी पडणार? याला माहीत तरी आहे का की रोहित लग्नाआधीच अमेरिकन सिटीझन होता. दुसऱ्याला कमी लेखणं रक्तातच असलं, की अशा चुका होणारच.' सुमाच्या डोक्यातला मूक संवाद.

''ग्रीन कार्डची गरज नाही. मी सिटीझन आहे. आत्तापर्यंत मीही स्टार्टअपच केलं. आता कंटाळा आला. थोडा चेंज हवा होता म्हणून गूगल जॉईन केलं. कसलं प्रॉडक्ट आहे तुमचं?'' रोहितने मनापासून विचारलं.

त्याला कल्पनाही नव्हती की त्याने योगेशच्या फुग्याला पिन मारली होती. योगेशच्या चेहऱ्यावरचे बदललेले भाव बघून सुमाला खो खो हसावंसं वाटलं. तिच्या चेहऱ्यावरची कुत्सितपणाची लकेर योगेशने बरोबर बघितली. योगेशला थोडा राग आला, पण शेवटी काय 'गिरे तो भी टांग उपर' ही वृत्ती असल्याने त्याने स्वत:ला लगेच सावरलं. रोहितवर इम्प्रेशन मारण्याची संधी मिळाल्याने त्याने एक तास भरपूर आत्मस्तुती केली.

पूर्णवेळ सुमाचे डोळे हातातल्या फोनवर खिळले होते. एकदा योगेशने आपल्या डोळ्यांतली भीती पाहिली. आता परत दिसायला नको. एकदोनदा रोहितने तिला 'फोन बाजूला का ठेवत नाही' असंही विचारलं. पण सुमाने 'ऑफिसचं काही काम आहे' अशी सारवासारव केली. शेवटी योगेश गेला तेव्हा दार लावता लावता रोहित म्हणाला, ''मस्त आहे योगेश! बरेच काँटक्स दिसतायत याचे. भेटला कुठे तुला हा योगेश?''

सुमाचा चेहरा अजूनच त्रासिक झाला. ''रोहित, तू योगेशबरोबर संबंध वाढवू नकोस. तो भयंकर माणूस आहे.''

''सुमा, कोण आहे योगेश? तू कशी ओळखतेस त्याला?''

सुमा काहीच बोलली नाही. पण तिच्या चेहऱ्यावर भीती दाटून आली.

''ओह! म्हणजे...?'' आत्ता रोहितच्या डोक्यात प्रकाश पडला.

योगेशबरोबरच्या त्या एका वर्षात सुमाच्या मनावर जे आघात झाले, त्यातून बाहेर यायला तिला बरीच वर्षं लागली होती. रोहितशी तिचं अरेंज्ड मॅरेज होतं. तो अत्यंत मृदू स्वभावचा असूनही सुमा त्याच्याबरोबर असताना कायम बुजल्यासारखी वागायची. सुरुवातीला रोहित तिच्या या वागण्यामुळे गोंधळला. त्याला वाटलं, कदाचित सुमाला आपल्याबरोबर लग्न करायचं नसेल. त्याने सुमाला बोलतंही केलं, पण सुमाने जेव्हा त्याला योगेशबद्दल सांगण्याचा प्रयत्न केला, तेव्हा तिला भीतीने पॅनिक ॲटॅक आला. शेवटी सुमाच्या सांगण्यावरून तिच्या मैत्रिणीने योगेश आणि

त्याने सुमाला किती छळलं याबद्दल रोहितला सांगितलं. रोहित अत्यंत समजूतदार असल्यानं त्याने परत हा विषय कधीच काढला नाही.

''ओह माय गॉड! मी किती मूर्ख आहे? पण तू मला सांगितलं का नाहीस?''

''काल योगेशला बघितलं आणि माझे हातपाय गार पडले. मला त्याचा विचारही करायचा नव्हता. मला वाटलं की याच्याशी परत संबंध येणार नाही. दुपारी त्याचा फोन आला आणि मला धक्काच बसला. तो म्हणाला मी घरी येतो. मी त्याला 'नको येऊ' म्हणून सांगितलं.''

''माझीच चूक झाली. मी त्याला तुझा नंबर दिला. त्याने मला फोन केला आणि तुझी चौकशी केली. मग म्हणाला की तो तुला कॉलेजपासून ओळखतो. माझ्या डोक्यातही आलं नाही. सॉरी.''

''तू सॉरी नको म्हणू. तुला त्याचं नावही माहीत नव्हतं. तुला कसं कळणार?''

''अगं, पण तो किती चार्मिंग आहे. त्याला तू इतकी का घाबरतेस?''

''सोशिओपॅथ्सही चार्मिंग असतात. हा त्यातलाच एक आहे. मला त्याने इतकं दहशतीत ठेवलं होतं ना, की त्याच्याकडे नजर वर करून बघण्याचीही माझी हिंमत नव्हती. अजूनही त्याला बघितलं, की भीतीनं माझं हृदय माझ्या पोटात धपकन पडतं. तुला मी शांततेत राहायला हवं आहे नं?''

''डोन्ट वरी, सुमा. मी त्याला पुन्हा घरी बोलावणार नाही. मी नसताना तो आला, तर दार उघडू नको. कदाचित बदललाही असेल. खरंच काळजी वाटत असेल तुझी.''

''बदलला असला, तरी तो मला माझ्या आजूबाजूला नकोय. मला त्याची खूप भीती वाटते. मला माझं आयुष्य भीतीत घालवायचं नाहीये.''

स्वत:जवळ किल्ली असूनही योगेशने घरी पोहोचताच एकामागून एक अनेकदा बेल दाबली. अशी बेल ऐकताच सखीच्या पोटात गोळा आला. आज काही खरं नाही. ती शक्य तितक्या लवकर धावत दार उघडायला आली. सखीने दार उघडताच तो तिला अक्षरशः ढकलून आत गेला.

''दार उघडायला इतका उशीर का झाला?''

अशा प्रश्नांना उत्तर द्यायचं नसतं हे तिला आता अनुभवाने माहीत होतं, म्हणून ती काहीच बोलली नाही. तिला हेही माहीत होतं की अशा वेळी तिथेच उभं राहायचं असतं, कारण जर ती खोलीत निघून गेली, तर योगेशचा पारा थर्मामीटर फोडून बाहेर पडणार आणि मग घरातल्या किती वस्तूंना मुक्ती मिळेल हे सांगता येत नाही.

''मी विचारलं दार उघडायला इतका उशीर का झाला? उत्तर नाही देता येत का तुला? घसा बसला की कान फुटले?''

योगेशचा हात तिच्या कानाकडे गेला, तशी ती मागे सरकली. अजून मागे जायला जागा नव्हती. मागे भिंत होती. योगेशने दोन्ही हात भिंतीवर ठेवून तिची कोंडी केली. तो सखीकडे इतक्या आक्रमकपणे बघत होता, की तीची नजर आपोआप खाली झुकली.

''दार उघडायला इतका उशीर का झाला?'' त्याने परत विचारलं. सखीला इतकं भेदरलेलं बघून त्याला अजून चेव आला.

''मी आत होते म्हणून यायला वेळ लागला,'' सखी चाचरत कसंबसं बोलली.

''पुढच्या वेळी कारचा आवाज आला, की दार उघडलं गेलं पाहिजे. मला जर बेल वाजवायला लागली, तर बघ.'' योगेश बाजूला झाला आणि सखीने सुस्कारा टाकला. योगेशला अर्थातच तो ऐकू गेला. त्याचा अहंकार गोंजाराला गेला.

सखी त्याच्यापासून जितकं दूर जाता येईल तितकी गेली. तिच्या हृदयातली धडधड तिला अजूनही ऐकू येत होती.

''कॉफी कर हे सांगायला हवंय का?''

योगेश जोरात कधीच ओरडत नसे. तो डाफरला तरी त्याचा आवाज चढत नसे. तो हळू आवाजात सहजपणे अशी धमकी देई, की सखीच्या अंगावर काटा येई.

''करते, तुम्ही फक्त कॉफीच घेणार की खायलाही काही आणू?''

सखी योगेशला 'अहो, जाहो' करायची, कारण तशी योगेशचीच आज्ञा होती. योगेशला मुलींबद्दल आणि बायकांबद्दल कधीच आदर नव्हता. त्याने आधी सुमाला तसं वागवलं, आता सखी तर काय हक्काची बायको. सखीला माहेरचं तसं कुणीच नव्हतं. आईवडील तिच्या लग्नाआधीच गेले. भावंडं नव्हती आणि तशी अबोल असल्याने तिला जवळच्या मित्रमैत्रिणीही नव्हत्या. बाकीच्या नातेवाईकांबरोबर अमेरिकेला आल्यापासून संबंध राहिले नव्हते. त्यामुळे तिला कसंही वागवायला योगेशला रान मोकळं होतं.

लग्नानंतर सुरुवातीला त्याने सखीला घरातच बसवलं होतं. ना तिला नोकरी करण्याची परवानगी होती, ना गाडी चालवण्याची. नंतर त्याच्याच लक्षात आलं की सखीला जॉब करू देण्यात त्याचाच फायदा होता. बायकोही 'आयटी'त आहे हे लोकांना सांगायला छान वाटतं आणि त्याच्या स्टार्टअपमध्ये काही प्रॉब्लेम आला, तर सखीची नोकरी हा बॅकअप झाला असता. त्यामुळे त्याने सखीला 'तू नोकरी कर' असं सुचवलं आणि सखीने आज्ञाधारकपणे, बाहेरून फारसा आनंद न दाखवता संमती दिली. अर्थात, घर सांभाळून जॉब करायचा आणि वेळेवर घरी यायचं या दोन अटींवरच सखीची नोकरी सुरू झाली.

योगेशने तिला कुणीही मित्रमैत्रिणी असणार नाहीत याची खबरदारी घेतली होती. ऑफिसमध्ये सहकारी होते, पण सखीला तिची लिमिट माहीत असल्याने तिने

त्यांच्याशी ऑफिसबाहेर कुठलाही संपर्क ठेवला नव्हता. तो तिला कुणाकडे नेत नसे आणि घरी कधी कुणाला बोलावत नसे.

तिला एकटं पाडल्यानं तिच्यावर पूर्ण कंट्रोल ठेवणं त्याला सहज शक्य होतं. सखीला त्याने कधी मारलं नाही, पण हात आणि कान यांवर निशाण राहणार नाहीत अशा प्रकारे पिरगाळण्याचे प्रयोग त्याने सुरुवातीला केले. सखी आपल्याला घाबरते याची खात्री झाल्यावर तिला धाकात ठेवायला त्याचे भेदक डोळे आणि थंडपणे हळू आवाजात दिलेल्या धमक्या हे पुरेसं होतं. तिला मारलेलं कुणाला कळलं किंवा जर तिने कंप्लेंट केली, तर पोलीसकेस होईल आणि आपलं भविष्य धोक्यात येईल हे त्याला चांगलं माहीत होतं. रोज तिला घालून-पाडून बोललं, तिची जागा दाखवून दिली की त्याला बरं वाटायचं. त्याला प्रचंड घाबरत असल्याने तो म्हणेल तेच ती करायची. त्यामुळे तिचं किल्लीवालं माकड करायला त्याला वेळ लागला नव्हता.

पण या क्षणी योगेशला सखीची काही पडली नव्हती. त्याच्या डोक्यात फक्त सुमा होती. काहीही करून त्याला ती हवी होती. पुढची खेळी हळूहळू, सावधपणे खेळायला हवी याचा त्याला अंदाज होता. त्याने प्लॅन आखायला सुरुवात केली.

ऑफिसमधून निघताना तिने आपल्या फोनकडे नजर टाकली. इतके मिस्ड कॉल्स? नंबर ओळखीचा नव्हता, पण हे योगेशचेच फोन असणार याची तिला खात्री होती.

सुमा फोन उचलत नाही म्हटल्यावर आता काहीतरी नवीन चाल खेळायला लागणार होती. त्याने रोहितला फोन केला.

''हॅलो, रोहित. तुम्ही आज घरी आहात का? सखीला, माझ्या बायकोला सुमाला भेटायचंय. साधारण सात वाजता आम्ही एक चक्कर मारतो, चालेल?''

रोहित गोंधळला. 'नाही म्हणावं की हो? बायकोला आणतो म्हणतोय. एक चान्स द्यावा का? पण सुमा? तिलाच ठरवू दे.'

''अरे, आम्हाला क्लिनिकमध्ये जायचंय, पण किती वाजता जायचंय ते मला माहीत नाहीये. सुमाला विचारून मी तुला फोन करतो.''

आता योगेशलाही थांबण्याशिवाय पर्याय नव्हता.

''सुमा, योगेश म्हणतोय, की तो त्याच्या बायकोला घेऊन येतोय. एक चान्स द्यायचा का त्याला? मी तुला त्याच्याबरोबर एकटीला सोडणार नाही.''

सुमाने जरा नाराजीनं 'हो' म्हटलं. असेलही सुधारला. मी उगीचच त्याच्यात काहीतरी वाचत असेन.

आठ वाजता योगेश आला. एकटाच, आणि एक चॉकलेटचा डब्बा घेऊन.

''सो सॉरी, सखीचं डोकं दुखायला लागलं म्हणून ती आली नाही. तिने हे पाठवलंय तुझ्यासाठी.''

'''याची काहीच गरज नव्हती, कुणी खात नाही. आणि सखीला आज जमत नव्हतं, तर तू फोन करून उद्या आला असतास तरी चाललं असतं,'' सुमाच्या आवाजाला धार होती.

''सुमा, दारातच काय उभी आहेस? त्याला आत येऊ दे,'' रोहित म्हणाला.

सुमा बाजूला झाली पण तिची धारदार नजर योगेशला बोचत होती. पूर्वी नजरेला नजर मिळवत नसे आणि आता अशी बघतेय की जशी फाडून खाईल. त्याला एकाच वेळी रागही आला आणि मजाही वाटली. हिला सरळ करायला मजा येईल. खूप पंख फुटलेले दिसतायत.

सुमा कॉफी करायला आत गेली. योगेशची निराशा झाली. त्याला वाटलं होतं की मागच्या वेळेप्रमाणे रोहित आत जाईल. मग त्याच्याबरोबर त्यालाही आत जाता येईल. पण रोहित लिव्हिंग रूममध्येच बसला, त्यामुळे योगेशलाही तिथंच बसावं लागलं.

कॉफी देऊन परत सुमा जी आत गेली, ती बाहेर आलीच नाही. योगेशने थोडा वेळ वाट बघितली. त्याची चुळबुळ रोहितच्या लक्षात आली.

''हे, तुझा वेळ घ्यायचा नाहीये मला. तू घाईत असशील तर नंतर कधीतरी भेटू.''

योगेशने पडत्या फळाची आज्ञा घेतली आणि तो उठला.

''सुमा, योगेश जातोय गं.''

सुमा बाहेर आली ती फोन हातात घेऊनच. 'सॉरी, कॉन्फरन्स कॉल.' इशारा करत ती म्हणाली.

योगेशनेही इशाऱ्यानंच 'बाय' म्हटलं. तो आतल्याआत धुसमुसत होता.

तो बाहेर गेल्यावर नि:श्वास टाकत सुमा सोफ्यावर बसली.

''आपल्याच घरात चोरासारखं वावरावं लागतंय. नक्कीच त्याच्या मनात काहीतरी आहे आणि ते पांढरं नक्कीच नाही. लग्न तरी झालंय, की तेही खोटं बोलतोय, कोण जाणे,'' सुमा म्हणाली.

''मलाही असंच वाटतंय. त्याने केवळ इकडं यायचं म्हणून सांगितलं की बायकोला घेऊन येतो म्हणून. तू त्याच्याबद्दल जितकं सांगितलंयस, त्याप्रमाणे तो नक्कीच डेंजरस आहे. एनी वे, बघू या आगे आगे क्या होता है. चल, मला भूक लागलीय. या योगेशच्या भानगडीत आपली जेवणाची वेळ टळून गेली.''

'म्हणजे हाही डाव वाया गेला.' घरी आल्यावर योगेशने आपले शूज दाराच्या बाहेर लाथेनं उडवले. त्यातल्या एक शू दारावर आपटल्याने सखी धावतच बाहेर आली आणि तिने योगेशने बेल मारायच्या आधीच दार उघडलं.

आत येताच योगेशने आपलं जॅकेट काढून सखीच्या अंगावर फेकलं आणि तो ताडताड आत गेला. सखीला कळेना त्याला जेवणाबद्दल विचारावं की नाही. विचारलं तरी ओरडणार, नाही विचारलं तरी.

तिने त्याच्या आधी जेवलेलं योगेशला चालायचं नाही. योगेशच्या येण्याच्या वेळा ठरलेल्या नसायच्या. त्याला फोन करून 'घरी कधी येणार' हे विचारायची सोय नव्हती. राग तर त्याच्या नाकावरच होता. सुरुवातीला भुकेने जीव कासावीस झाला, तरी सखी योगेशची वाट बघत ताटकळत बसायची. पण नोकरी करायला लागल्यापासून आजकाल सखी बरीच शहाणी झाली होती. तिला भूक लागली, की ती जेवून घ्यायची आणि योगेशबरोबर ताटात अन्न फिरवत जेवल्याचं नाटक करायची. योगेश इतका आत्मकेंद्रित होता, की त्याचं सखीकडे कधीच लक्ष नसायचं. त्यामुळे सखी त्याच्याबरोबर जेवत नाही हे त्याच्या कधी लक्षातही आलं नाही.

सखी बेडरूमकडे गेली तर दार आतून बंद होतं. तिने दारावर टकटक केली.

''काय आहे? मला बसू दे जरा,'' योगेश फुत्कारला.

''तुम्हाला जेवायचं नाही का?''

''घाल तुझ्याच घशात आणि परत दरवाजावर नॉक करू नकोस. मला बाहेर यायचं तेव्हा मी येईन.''

पडत्या फळाची आज्ञा घेऊन सखी फॅमिली रूममध्ये येऊन बसली. तिचं जेवण आधीच झालेलं असल्यानं तिला काहीच फरक पडणार नव्हता. पण योगेश झोपला आहे किंवा काम करण्यात बिझी आहे याची खात्री पटल्याशिवाय तिला शांत बसता आलं नसतं. टीव्ही लावला असता, तर योगेश अजून भडकला असता. त्यामुळे तिने सरळ आपला लॅपटॉप उघडला. काहीतरी वाचता येईल, नाही तर काम करता येईल म्हणून. साधारण अर्ध्या तासानं योगेशच्या लक्षात आलं की त्याला प्रचंड भूक लागली होती. नवल नाही की त्याचा राग पराकोटीला पोहोचला होता.

''सखी, मला जेवायला वाढ.''

सखीने तत्परतेनं उठून त्याला वाढलं. कधी नव्हे ते योगेशने सखीला विचारलं.

''तू जेवलीस?''

''मी कधी तुमच्या आधी जेवते का?'' सखी मानभावीपणाने म्हणाली. स्वत:च्या नाटकीपणाचं तिलाच आश्चर्य वाटलं.

"बस की मग."

सखीने लगेच आपलं ताट वाढून घेतलं.

"इतकंच खाणार तू?" योगेशने तिच्या ताटात दोन चमचे भात बघून विचारलं. आता सखीला खरंच टेन्शन यायला लागलं. 'याच्या मनात तरी काय आहे. हा चांगला का वागतोय माझ्याशी?'

"मला भूक नाहीये," सखी चाचरत म्हणाली. योगेशच्या चांगल्या वागण्याची तिला सवय नव्हती. त्यामुळे अशा वेळी काय करायचं हा तिच्यासाठी प्रश्नच होता.

"सॉरी, मी खूप चिडतो तुझ्यावर. मी चांगलं वागायचा प्रयत्न करेन. अजून थोडा घे ना. भाजी मस्त झालीय," सखीच्या हातावर हात ठेवत योगेश म्हणाला.

आता 'माझं जेवण आधीच झालंय' हे कसं सांगणार; त्यामुळे सखीने नको असतानाही दोन घास जास्त खाल्ले.

'सुमापर्यंत पोहोचायचं असेल तर सखीचा वापर करून घ्यावा लागेल.' योगेशच्या डोक्यात नवीन प्लॅन शिजत होता आणि त्यात सखीचा रोल अत्यंत महत्त्वाचा होता.

❖❖❖

"सखी, माझ्या काही मित्रांना घरी बोलवायचंय जेवायला. या शनिवारी बोलावू या का? पाहिजे तर जेवण बाहेरून मागवू."

सखी खुर्चीवरून अक्षरशः खाली पडली. त्यांच्या लग्नाला पाच वर्षं झाली होती आणि योगेशने कधी कुणाला घरी बोलावलं नव्हतं किंवा तिला कुणाच्या घरी नेलं नव्हतं. त्यामुळे योगेशला मित्र हेच तिच्यासाठी नवल होते.

"हो, बोलवा की. मी स्वयंपाक करेन, किती जण येणार?" सखी माणसांसाठी आसुसली होती; त्यामुळे योगेशचा विचार बदलण्याआधीच तिने पटकन 'हो' म्हटलं.

"तीन चार कपल्स असतील. मुलं कुणालाच नाहीयेत; त्यामुळे आपण धरून जास्तीत जास्त दहा माणसं धर. चालेल?"

"चालेल की. फक्त मला नक्की आकडा द्या शुक्रवारपर्यंत म्हणजे तसं सामान आणायला बरं." सखीला खूपच उत्साह आला होता.

"मी माझ्या मित्रांना फोन करून त्यांना वेळ आहे का हे विचारतो. मग तू त्यांच्या बायकांना फोन कर, म्हणजे तुला नक्की नंबर मिळेल." योगेश तिला चक्क लोकांशी बोलायला सांगत होता. सखीला तर स्वर्ग दोन बोटं उरला.

❖❖❖

"हे रोहित, आमच्या घरी शनिवारी काही मित्रांना जेवायला बोलावलंय. तू आणि सुमा या, म्हणजे सखीशी ओळख होईल. त्या दिवशी न येता आल्याने ती जरा नाराज आहे."

रोहित 'हो' म्हणावं की 'नाही' याच विचारात होता. तेवढ्यात योगेश म्हणाला, ''मी सखीला सांगतो सुमाला फोन करायला. सगळ्या बायकांना तीच फोन करणार आहे. पण मी म्हटलं आधी मी माझ्या मित्रांना फोन करून कन्फर्म करतो आणि मग तू त्यांच्या बायकांना फोन कर.''

आता रोहितला नाही म्हणायला काही कारण नव्हतं.

''ठीक आहे. सुमा ठरवेल तुझ्या बायकोचा फोन आला की.''

''सुमा, योगेशने त्याच्या घरी जेवायला बोलावलंय शनिवारी,'' रोहितने सुमाला फोन करून सांगितलं.

''तू हो नाही ना म्हटलंस?''

''मी नाही म्हणणार होतो, पण तो म्हणाला, की त्याची बायको तुला फोन करेल म्हणून. आता काय बोलणार?''

''ठीक आहे, मी बघते काय करायचं ते.'' सुमाने फोन ठेवला. ती विचार करू लागली. 'खरंच आपण गैरसमज करून घेतोय का? पण अशी माणसं सुधारतात?''

✠✠✠

योगेशने सांगितल्याप्रमाणे सखीचा दुपारी फोन आला. योगेशच्या बायकोचा आवाज एखाद्या चिमणीसारखा असेल, असं सुमाला कधीच वाटलं नसतं. त्यामुळे तिचा चिवचिवाट ऐकून तिला खूपच गंमत वाटली.

''कशा आहात तुम्ही? योगेशने सांगितलं मला ॲक्सिडेंटबद्दल. बरंच लागलं का तुम्हाला?'' सखीच्या आवाजात काळजी पुरेपूर भरली होती. पार्टीच्या आधी योगेशने सखीला ॲक्सिडेंटबद्दल पूर्ण माहिती दिली होती. आपण सुमाला कॉलेजपासून ओळखतो हेही त्याने सांगितलं होतं. फक्त त्या दिवशी तो तिला सुमाकडे घेऊन जाणार होता, हे तो तिला सांगायला विसरला. कारण खरं तर सखी तेव्हा त्याच्या प्लॅनमध्ये नव्हतीच.

''ठीक आहे आता. वरवरच्या जखमा होत्या; त्यामुळे बऱ्या व्हायला वेळ नाही लागला. पण त्या दिवशी तुम्ही येणार होता ना आमच्याकडे? मग योगेश म्हणाला की तुमचं डोकं दुखत होतं म्हणून,'' सुमाने मुद्दामहून विचारले.

''मी?'' सखीच्या आवाजात प्रश्नचिन्ह आलं, पण ती पटकन सावरून घेत म्हणाली, ''हो सॉरी, त्या दिवशी जरा प्रॉब्लेमच झाला. पण आता भेटूच की.''

थोडा वेळ जुजबी संभाषण झाल्यावर योगेश बिलकूल बदलला नाहीये हे सुमाला कळलं आणि आपल्याला न सांगता योगेश आपल्या नावावर बऱ्याच गोष्टी खपवतोय हे सखीच्या लक्षात आलं. आता दोघींनाही एकमेकींना बघण्याची उत्सुकता होती.

सुमाने तिला 'आम्ही येऊ' म्हणून सांगितलं आणि शनिवारी दोघं योगेशच्या घरी पोहोचली. दिलेल्या वेळेच्या एकदोन तास उशिरा जायचं असं सुमाने ठरवलं

होतं. तिला योगेशबरोबर एकटं राहायचं नव्हतं; अगदी त्याची बायको बरोबर असली तरीही. थोडं उशिरा गेलं म्हणजे तोपर्यंत इतरही लोकं आलेले असतील, म्हणजे बरं.

दार योगेशनेच उघडलं, पण तोपर्यंत आतून हसण्याचा आवाज आला होता; त्यामुळे सुमाचा जीव भांड्यात पडला. 'म्हणजे एकटे नाही आहोत आपण.'

''या या, तुमचीच वाट बघतोय. सगळे आलेत,'' योगेशने हसून स्वागत केलं.

''सॉरी, घरून निघायला थोडा उशीर झाला. शनिवारची कामं,'' रोहित म्हणाला.

''इट्स ओके! सखी, हे बघ, सुमा आणि रोहित आलेत,'' दार लावता लावता योगेशने सखीला हाक दिली.

सखी लगबगीने बाहेर आली आणि तिने सुमाला जणू काही ती बालमैत्रीण असल्यासारखी मिठीच मारली. सुमाला आश्चर्य वाटलं, पण तिला सखी एकदम आवडली. योगेशच्या मानाने छोटीशी, शांत चेहरा, मोठे डोळे असलेली सखी नावाला अगदी साजेशी होती.

या दोघींची गळाभेट बघून योगेशच्या चेहऱ्यावर समाधानाची सूक्ष्म लहर चमकून गेली.

''बरं, तुम्ही काय घेणार, चहा, कॉफी, ज्यूस? जेवणही तयारच आहे.''

''काही नको. थोड्या वेळाने सरळ जेवू या. घर खूपच सुंदर आहे हं तुझं. आणि मला 'अहो, जाहो' करू नकोस.'' सुमा एकेरीवर आली तशी सखी एकदम मोकळी हसली.

सखीबरोबर सुमा आत गेली. सखीचं घर खरंच सुंदर होतं. तिथे इतर बायकाही होत्या. पुरुष बाहेर आणि बायका आत अशी विभागणी झाल्याने आपोआपच सुमा रिलॅक्स झाली.

सखीने खूप मनापासून तयारी केली होती. तिच्या हाताला चव होती, त्यामुळे सगळ्यांनीच जेवणावर मनसोक्त ताव मारला. जेवताना सगळे एकत्र असल्याने योगेश सर्वांच्या नकळत सुमाचा माग राखून होता, पण बोलला मात्र फक्त एकदोनदा.

सगळे जायला निघाले, तेव्हा योगेशने सर्वांना परत येण्यासाठी आग्रहाचं आमंत्रण दिलं. तशी सुमा पटकन म्हणाली, ''अरे, आता आमची दोघींची ओळख झालीच आहे. आम्ही दोघी भेटत जाऊ की लंचमध्ये. घरी भेटण्याची फॉरमॅलिटी कशासाठी. आमची ऑफिसं तशी जवळच आहेत. हो ना सखी? मी मेसेज करते तुला नंतर.''

आता निमंत्रण समोरूनच आलं म्हटल्यावर सखी कशाला नाही म्हणतेय. तिने लगेच होकार दिला.

योगेशचा अपेक्षाभंग झाला. त्याचा प्लॅन पुढे सरकला होता, पण त्याला हवा होता तसा नव्हता. आता अजून काहीतरी करावं लागणार.

''पार्टी चांगली झाली नाही? आणि योगेश काही तुझ्याशी फारसं बोलला नाही,'' कारमध्ये बसल्यावर रोहित म्हणाला.

''हं, पण त्याचे डोळे माझ्या पाठीला सतत जाणवत होते. नाही म्हटलं तरी थोडा क्रिपी (creepy) आहेच तो. मला नाही वाटत तो सुधारलाय. पण सखी आवडली मला. योगेशच्या नक्कीच मुठीत आहे ती, पण तिला नक्कीच भेटीन मी. एकदम साधी वाटली मला,'' सुमा म्हणाली.

✠✠✠

सखी सगळं करून खूप दमली होती, पण तरी ती खुशीत होती. ''खूपच मजा आली आज. अशी माणसं घरी आली की बरं वाटतं. इथे आल्यापासून पहिल्यांदा कुणी घरी आलंय.'' आपण काय बोलून गेलोय हे लक्षात आल्यावर तिने पटकन जीभ चावली; पण योगेश चक्क हसला. ''हो तर. तुला माणसं इतकी आवडतात, तर परत बोलावू की. पण तुला आज खूप काम पडलं,'' योगेश नाटकीपणे म्हणाला. असं छान वागणं, गोड बोलणं त्याच्यासाठी इतकं कठीण होतं, की त्याला स्वतःच्या गूळमटपणाची शिसारी आली. पण आता सखीशी चांगलं वागणं भाग होतं.

✠✠✠

पुढले काही दिवस सुमासाठी शांततेत गेले. योगेशने तिला फोन केला नाही किंवा तो घरीही आला नाही. कामाच्या घाईत सुमाला सखीशीही बोलायला वेळ मिळाला नाही. सखीचा नंबरही तिने कुठे टाकला होता कोण जाणे. योगेश तिच्या आयुष्यात आला होता हेसुद्धा ती आता हळूहळू विसरायला लागली होती.

एक दिवस ती ऑफिसमधून घरी आली. दार उघडतच होती आणि तितक्यात तिचा फोन वाजला. पर्समधून फोन काढला तर अनोळखी नंबर. तरीही तिने उचलला.

''हे सुमा, सखी बोलतेय. कशी आहेस?'' सखीचा आवाज ऐकून सुमाची कळी खुलली. तिला सखी खरंच आवडली होती. योगेशची बायको नसती, तर तिने नक्की तिच्याशी मैत्री केली असती.

''बरं झालं तू फोन केलास ते. अगं, मी तुझा नंबर कुठे टाकला तेच आठवत नव्हतं. काम वाढलं आणि मग मी विसरूनच गेले.''

''अगं माझंही तेच झालं. अचानक नवीन प्रोजेक्ट आलं अन् कळलंच नाही वेळ कसा गेला. पण तुला एक न्यूज द्यायची होती,'' सखी खूपच एक्सायटेड होती.

'वा! योगेशकडे गूड न्यूज आहे की काय?' सुमाच्या डोक्यात किडा वळवळला. पण असा आगाऊ प्रश्न विचारण्याइतकी तिची आणि सखीची जवळीक नव्हती; म्हणून ती गप्पच राहिली.

''अगं, काय सांगू तुला. आपण आता शेजारी होणार आहोत. आम्ही तुमच्या बाजूचं घर विकत घेतोय. एका महिन्यात शिफ्ट होऊ.''

सखी बोलत होती आणि इकडे सुमाचे हातपाय गार पडायला लागले. सखी बराच वेळ बोलली पण सुमाच्या तोंडून शब्द फुटेना.

''अगं, सुमा आहेस ना तिकडे?''

सुमा भानावर आली.

''आहे आहे. अगं, आश्चर्य वाटलं. माहीत नव्हतं की आमच्या बाजूचं घर मार्केटमध्ये होतं. आणि तुम्ही साराटोगाचं इतकं सुंदर घर सोडून इथे सॅन्टा क्लारामध्ये?

''अगं, मार्केटमध्ये यायच्या आधीच योगेशने ते घेतलं. एजंटने योगेशना त्या घराबद्दल सांगितलं आणि त्यांना ते आवडलं. मलाही माहीत नव्हतं की त्यांनी ऑफर दिली म्हणून. हे घर ठेवणार आहोत; पण खरं सांगू? इथे रस्त्यावर माणसंच दिसत नाहीत आणि मोठ्यामोठ्या घरांमध्ये इतकं अंतर. मी इथे आले, तेव्हा आम्ही सॅन्टा क्लारात राहायचो, रस्त्यावर लोक दिसायची, एकमेकांकडे बघून हसायची. मी ते सगळं मिस करतेय. आणि सॅन्टा क्लारापासून आमची ऑफिसंही फक्त दहा मिनिटांवर आहेत, म्हणजे तोही वेळ वाचेल. योगेशनी सांगितल्यापासून मी इतकी एक्सायटेड आहे ना. परत आता मला तुला रोज भेटता येईल.

''म्हणजे तू बघितलंच नाहीस घर?'' सखीच्या सगळ्या बोलण्यातून सुमाने फक्त हीच गोष्ट नोटीस केली होती. सखी क्षणभर गडबडली.

''तसं नाही गं, पण ते...''

''सखी, डोन्ट वरी, मला माहितेय योगेश कसा आहे ते. बरं, मी तुझ्याशी नंतर बोलू का? आत्ताच घरात शिरलेय. अजून हातपायही धुतले नाहीत. आणि काँग्रॅट्स बरं का नवीन घराबद्दल.''

''सॉरी गं, मी माझ्या एक्साइटमेन्टमध्ये तुला वेळ आहे का हे विचारलंही नाही. चल, मग बोलू.'' सखीने फोन ठेवला, पण सुमाचं शेवटचं वाक्य काही तिच्या डोक्यातून जाईना.

'मला माहित आहे योगेश कसा आहे ते.' म्हणजे काय? दोघे एका कॉलेजमध्ये होते, पण अजून काही होतं का?''

पण सखीचा स्वभाव सरळ असल्याने तिने लगेच हा विचार झटकून टाकला. मित्र असले तरी स्वभाव कळतात की. पण तरीही तिला कुठेतरी जाणवलं होतं, की सुमाला या बातमीने आनंद नक्कीच झाला नाहीये.

इकडे सुमाला काय करावं ते कळेना. बाजूचं घर म्हणजे ड्राईव्ह वेच्या साईडपासून मागच्या अंगणातल्या कुंपणापर्यंत, सगळीकडेच शेअर्ड मालकी. तो इथे राहायला आल्यावर नाही म्हटलं तरी न ठरवताही गाठी भेटी होणार आणि मग योगेशला टाळायचं कसं?

रोहितला विचित्र वाटलं, पण त्याने त्याच्या शांत स्वभावाला अनुसरून एकच उत्तर दिलं, ''आत्तापासून घाबरण्यात काही अर्थ नाही. आपण तर घर बदलू शकत नाही, त्यामुळे तो इकडे आला की बघू काय करायचं ते. तसंही आपण सगळेच बिझी असणार. आपल्या शेजाऱ्यांना तसं कितीसं भेटतो आपण?''

योगेश आणि सखी नवीन घरी शिफ्ट झाले. शेजारधर्म म्हणून शिफ्टिंगच्या दिवशी सुमाने त्या दोघांनाही जेवायला घरी बोलावलं, पण योगेशने 'खूप काम आहे म्हणून नंतर कधीतरी येऊ' असं सांगितल्यानं सुमाला आश्चर्याचा सुखद धक्काच बसला.

एक आठवडा असाच गेला, अगदी वीकएंडलाही योगेशचं दर्शन झालं नाही. सुमा थोडी रिलॅक्स झाली.

सोमवारी सुमा घरी आली आणि सखीचा फोन आला, ''तुझी कार आत आलेली पाहिली. ये ना कॉफी प्यायला. रोहित नाही आले ना अजून? मीही एकटीच आहे.''

''सखी, तूच ये ना इकडे. मी चहाचं आधण ठेवलंय. चहा चालत नसेल, तर कॉफी करते तुझ्यासाठी.''

दुसऱ्याच मिनिटाला सखी पायरीवर हजर.

''कसं काय झालं तुमचं शिफ्टिंग?'' गरमगरम चहाचे कप घेऊन दोघी सोफ्यावर विसावल्या.

''योगेशने पॅकर्स आणि मूव्हर्स बोलावल्यामुळे तो वेळ तर वाचला; पण सामान लावताना मात्र मी थकून गेले. परत योगेशचा आरडाओरडा सामान नीट नाही लागलं तर. इतके भडकतात ना, की मला घाबरून गप्पच बसावं लागतं. तू त्यांना कॉलेजपासून ओळखतेस ना? असेच होते का ते?'' सखी बोलून गेली. सुमाला काय बोलावं ते कळेना. सखीला काय माहीत आहे आणि काय नाही कोण जाणे. ''मला सांगितलं तरी चालेल. खूप वर्षं झालीत. मला काही फरक नाही पडत.''

योगेश सुमावर हात टाकायचा हे वगळून बाकी सगळं तिने सखीला सांगून टाकलं. सुमा सांगत असताना सखीचे डोळे विस्फारले गेले.

''दॅट इज स्ट्रेंज! योगेश माझ्याशीसुद्धा सुरुवातीला असेच गोड वागायचे, पण नंतर त्यांचा आरडाओरडा सुरू झाला. कधीकधी तर...'' तितक्यात सखीच्या फोनची बेल वाजली.

''सखी, व्हेअर द हेल आर यू? तुझी कार इथे आहे आणि तू? मी घरी येऊन दहा मिनिटं झाली, मला चहा वगैरे?'' योगेशची गर्जना सुमाला दुरूनही ऐकू आली.

सखीच्या चेहऱ्यावरचा रंग उडाला. ''सॉरी, मी सुमाकडे आहे. लगेच येते,'' ती चाचरत म्हणाली.

सुमाचं नाव ऐकताच योगेशचा आवाज एकदम मृदू झाला. ''सुमाकडे आहेस का? मग आरामात ये. मी चहा करून घेईन. अगं, मला तुझी काळजी वाटली म्हणून फोन केला.''

योगेशने पलटी खाल्लेली बघून सखी थोडीशी चक्रावली, पण उगीचच रिस्क नको म्हणून ती उठली. ''निघते गं! योगेश लवकर आलेत घरी.''

दार लावता लावता सुमाच्या मनात अनेक प्रश्न उभे राहिले होते. योगेशचं फोनवरचं ओरडणं आणि सखीच्या चेहऱ्यावरचे भाव यांवरून योगेश अजूनही तसाच आक्रमक आहे, याची तिला खात्री पटली होती. 'काय सांगणार होती ती? मारत तर नाही ना तिला? सखी तिच्या घरी सुरक्षित आहे ना याची खात्री करून घ्यायला हवी.'

✠✠✠

रविवारची दुपार. सखी रोजचं सामान आणायला बाहेर गेली होती. योगेशने खिडकीतून रोहितची गाडी बाहेर जाताना बघितली. दोनतीन आठवड्यांच्या निरीक्षणानंतर दोघांचं रूटीन त्याच्या लक्षात आलं होतं. रोहित रविवारी दुपारी दोनतीन तास तरी बाहेर जातो. सखीला यायला निदान एखादा तास तरी होता. म्हणजे त्याला जे करायचं होतं त्यासाठी पुरेसा वेळ मिळाला असता.

दाराच्या बाजूच्या झरोख्यातून सुमाने पाहिलं, की योगेश आला आहे. दार उघडावं की नाही, हा विचार चालू असतानाच योगेश म्हणाला, ''सुमा, अगं, दोन मिनिटं बोलायचं होतं. दार उघड की.''

''योगेश, थोड्या वेळानं ये. मी आत्ता कामात आहे. दोघंही या.''

''प्लीज दार उघड. सखी यायच्या आत बोलायचंय मला तुझ्याशी.''

सुमाने नाराजीनंच दार उघडलं. ''काय बोलायचंय?''

योगेश एकदम छान हसला. ''आतही येऊ नको का? मी काही खाणार नाही तुला. सखीचा वाढदिवस आहे पुढच्या रविवारी. सरप्राईज प्लॅन करायचं होतं. मला वाटलं तू मदत करशील गिफ्ट घ्यायला. मला बायकांच्या आवडनिवडीतलं फारसं कळत नाही.'' सुमाची मनस्थिती द्विधा झाली. हा स्वत:च्या बायकोसाठी गिफ्ट घ्यायचं म्हणतोय, तर मी नाही म्हणणं बरोबर दिसणार नाही. शिवाय, मी याला अजूनही घाबरते असं जर याला कळलं, तर माकडाच्या हाती कोलीत दिल्यासारखं होईल.

ती दरवाजातून बाजूला झाली. ''ये आत.''

''काय करायचंय? पार्टी की फक्त सरप्राईज गिफ्ट? थांब मी आत जाऊन माझा लॅपटॉप, पेपर आणि पेन्सिल घेऊन येते.''

योगेशला हाच चान्स हवा होता. सुमा आत गेली, तसं तो लगेच उठला आणि खिशातून त्याने छोटा कॅमेरा काढला. सोफ्याच्या बाजूच्या टेबलवर असलेल्या छोट्या फ्लॉवरपॉटच्या डिझाईनमध्ये लपेल अशा तऱ्हेने त्याने तो चिकटवला. सुमा बाहेर आली तशी तो फ्लॉवरपॉट टेबलवर ठेवत म्हणाला, ''छान आकार आहे.''

त्यानंतर योगेश पुढची पंधरा मिनिटं फक्त आणि फक्त सखीच्या वाढदिवसाबद्दल बोलला. सुमाची सुरुवातीची भीती दूर होऊन तीही आता उत्साहाने त्याला मदत करायला लागली.

जाताजाता योगेश सुमाला म्हणाला, ''एक रिक्वेस्ट होती. सखीला यातलं काही सांगू नकोस.''

''हे काय सांगायला हवं का?'' सुमाने हसून दुजोरा दिला, तशी योगेशची आपला मार्ग क्लिअर झाल्याची खात्री झाली.

'रोहित म्हणतो तसं हा सुधारलाय किंवा सुधारण्याचा प्रयत्न करतोय. सखीशी चांगला वागणार असेल तर काय हरकत आहे थोडी मदत केली तर.' सुमाने विचार केला.

घरी आल्याआल्या योगेशने कॅमेरा ॲक्टिव्हेट केला आणि सुमाची लिव्हिंग रूम त्याच्या कॉम्प्युटरवर अवतरली. त्याला ऐकू येणार नसलं, तरी निदान सुमाला हवं तेव्हा बघता तरी येणार होतं. खरं म्हणजे हे तो का करतोय हे त्याचं त्यालाही कळत नव्हतं. सुमाचं लग्न झालं होतं आणि त्याचंही. सुमा त्याचा तिरस्कार करते हेही त्याला चांगलंच माहीत होतं. मग हे सगळं कशासाठी? पण सुमावर अशी घरातून नजर ठेवताना कुठेतरी सुमाची प्रायव्हसी भंग केल्याचा विचित्र आनंद त्याला झाला. त्याला सुमाला मिळवण्यात इंटरेस्ट नव्हता, पण तिला मानसिक त्रास देण्यात होता. त्याच्या आजूबाजूला असण्यानं ती बिथरते, अपसेट होते हे त्यानं बघितलं होतं. तिला सतत ताणाखाली ठेवलं, तर रोहित आणि तिच्यात दुरावा निर्माण होईल. म्हणजे ती मला नाही मिळाली, तर रोहितलाही मिळणार नाही. योगेशचे हे विचार त्याच्या कोत्या मनोवृत्तीला साजेसेच होते.

तितक्यात दाराचा आवाज झाला आणि त्याने चटकन त्याचा लॅपटॉप बंद केला. आता सखी आजूबाजूला नसताना त्याचा टाईमपास हाच असणार होता. सुमाला नको असतानाही त्याला हवं तेव्हा तो तिच्या आयुष्यात डोकावणार होता. म्हणतात ना 'विनाशकाले विपरीत बुद्धी.'

सुमा ऑफिसचं काम संपवून लॅपटॉप बंद करतच होती, तित्क्यात ई-मेल आली. सेंडर अनोळखी होता आणि अटॅचमेंट होती. तिने मेसेजवर क्लीक केलं तर ई-मेलमध्ये काहीच नव्हतं. अनोळखी सेंडरची अटॅचमेंट ती नक्कीच उघडणार नव्हती. तितक्यात फोटो ई-मेलमध्ये एम्बेड केलेलं असल्याने उघडायला लागलं. ते बघून शॉक लागल्यासारखी सुमा चार पावलं मागे गेली.

''रोहित, इकडे ये.''

सुमाचा विचित्र आवाज ऐकून रोहित धावतच तिकडे आला.

''हे बघ!'' स्क्रीनकडे बोट दाखवत सुमा जवळजवळ किंचाळलीच.

फोटो बघून रोहित चक्रावून गेला. स्क्रीनवर चार फोटो होते. एक सुमा घराजवळ कारमधून उतरताना, एक तिच्या ऑफिसच्या पार्किंगमध्ये कारमध्ये चढताना, एक तिच्या मागच्या अंगणात, तर एक सुमा शॉपिंगला गेली असताना. सुमाच्या पायांतले त्राण गेले आणि ती सोफ्यावर जवळजवळ कोसळलीच.

''रोहित, हे सगळं योगेशचंच काम आहे. तू काहीतरी कर. आपण इथे नाही राहायचं. नाहीतर चल, आत्ताच पोलीस कंप्लेंट करू या.''

''काम डाउन, सुमा. आपण असा योगेश वर आरोप कसा करायचा एकदम? आपल्याकडे पुरावा काहीच नाही आहे.''

रोहित तिला जवळ घ्यायला पुढे सरकला. कधी नव्हे ते सुमा इतकी भडकली, की तिने रोहितला ढकलून दिलं आणि ती दाराकडे धावली.

''मी आत्ता जाऊन जाब विचारते त्याला. स्वत:ला समजतो काय? आणि तू मध्ये पडायचं नाही.''

सुमा दार उघडून शेजारच्या घराकडे धावली. रोहित तिच्यामागे तिला थांबवण्यासाठी धावला. सुमाच्या अंगात काय संचारलं होतं देव जाणे. ती जी सुसाट गेली, ती सरळ योगेशच्या दारात. योगेशच्या घराला बेल नव्हती, पण कडी होती, जी तिने जीव लावून ठोठावली. पण दार कुणीच उघडलं नाही. रोहितने 'हुश्श' केलं.

योगेशने फोटो काढले असण्याची शक्यता होती, पण ते फोटो तो सुमाला पाठवण्याचा मूर्खपणा करेल याच्याबद्दल त्याला शंका होती. सुमाने काहीतरी ॲक्शन घेतली आणि काही भलतंच झालं तर? रोहित विचार केल्याशिवाय कुठलंही पाऊल उचलत नसे.

त्याने सुमाचे दोन्ही खांदे धरून तिला त्याच्याकडे वळवलं, ''सुमा, घरात कुणी नाहीये. आपण घरी जाऊन बोलू या.''

सुमा यंत्रवत घरात आली. रोहितने तिला सोफ्यावर बसवलं. दोनच मिनिटांत कडक कॉफीचा मग तिच्या हातात दिला.

"हे बघ, सुमा, मला माहितेय तुला योगेशची भीती वाटते आणि हे योगेशचं काम आहे याची तुला खात्रीही आहे. पण जर त्याने तुझे फोटो काढले, तर तो तुला ते का पाठवेल? तुझा आणि त्याचा इतिहास बघता तू त्याच्यावरच शंका घेणार हे तर त्याला नक्कीच माहीत असणार. मी त्याला जेवढं बघितलंय, तो अत्यंत धूर्त आहे. असा मूर्खपणा तो करणार नाही."

"रोहित, तुला माहीत नाही योगेश कसा आहे ते. तो मला डिस्टर्ब करण्यासाठी काहीही करू शकतो. मला केवळ त्रास व्हावा हाच त्याचा हेतू असणार. तो समोर आला ना, तर त्याचा गळा दाबेन मी." सुमा इतकी चिडली होती, की ती रडायला कधी लागली हे तिला कळलंच नाही.

रोहित बेचैन होता, पण त्याला घाईनं काहीही करायचं नव्हतं.

इकडे दोघांचे मूक संवाद बघून त्यांच्यामध्ये काहीतरी बिनसलंय हे योगेशला जाणवलं आणि त्याच्या चेहऱ्यावर हास्य पसरलं. सुमावर त्याला कुठूनही नजर ठेवता येत होती, कारण त्याने कॅमेरा ॲप त्याच्या सगळ्या डिव्हाइसेसवर डाउनलोड केलं होतं.

सुमाची रात्र या कुशीवरून त्या कुशीवर वळण्यात गेली. डोळे मिटले की तिला एक तर कॉलेजमधली घाबरलेली सुमा दिसायची किंवा ई-मेलमधले ते फोटो दिसायचे. पण रात्रभरात तिला 'हे योगेश करणार नाही' हे रोहितचं म्हणणं पटलं होतं. पण मग दुसरा प्रश्न जास्त भीतीदायक होता. योगेश नाही, तर हे सगळं कोण करत असेल?

योगेशची रात्र मात्र सुमाचा संसार कसा उद्ध्वस्त होतोय याचीच स्वप्नं बघण्यात गेली. सकाळी त्याला इतक्या मस्त मूडमध्ये असलेलं बघून सखीला आश्चर्यच वाटलं.

रोहित तिला योगेशशी बोलू देत नव्हता, पण सखीला चाचपून बघायला काय हरकत होती.

"सखी, हे बघ. मला कळत नाहीये की माझ्यावर कोण लक्ष ठेवून आहे ते. काय करायचं काही सुचत नाही आहे."

सखी भारल्यासारखी त्या फोटोंकडे बघत होती.

"सखी!" सुमाने खांद्यावर हात ठेवला तशी ती दचकली.

"सुमा, तू... जाऊ दे, काही नाही, काही नाही."

"सखी, काय आहे? माझं डोकं विचार करून फिरलंय. तुला जर काहीही कल्पना असेल तर मला सांग. हे बघ, खरं सांगायचं तर माझा पहिला संशय योगेशवर गेला; पण रोहित म्हणतो की योगेश असा मूर्खपणा करणार नाही. आय

एम सॉरी. मला माहितेय, योगेश तुझा नवरा आहे आणि तुला हे आवडणार नाही, पण प्लीज हेल्प मी!''

''सुमा, त्या दिवशी आपलं बोलणं अर्धवट राहिलं. आमचं लग्न ठरलं आणि मला एक पत्र आलं, सुजाताकडून. तिने मला योगेशबद्दल वॉर्निंग दिली होती आणि मी हे लग्न करू नये असंही म्हटलं होतं. पण अर्थातच, त्या वेळी मला योगेशचं फक्त गोड वागणंच दिसत असल्याने मी तिच्यावर विश्वास ठेवला नाही. योगेशना ते पत्र दाखवलं, तर त्यांनी तीच कशी त्यांच्या मागे होती हे सांगितलं. एनीवे, ते जाऊ दे. तिच्या म्हणण्याप्रमाणे, योगेशचं आणि तिचं एक वर्ष अफेअर होतं. योगेशच्या दादागिरीला कंटाळून तिनं नातं तोडलं, तेव्हा योगेशने तिचा खूप पिच्छा पुरवला. तिच्या लग्नानंतर तिलाही असेच फोटो मिळाले. नशिबाने तिने नवऱ्याला आधीच सगळं सांगितलं होतं, त्यामुळे काही बिघडलं नाही, पण मनस्ताप मात्र झाला. योगेश माझा नवरा आहे, पण मी तुला त्यांच्याबद्दल खात्री नाही देऊ शकत.''

तितक्यात सखीने खिडकीतून योगेशची गाडी त्यांच्या ड्राइव्ह वेमध्ये शिरताना पाहिली आणि ती पटकन उठली.

''सुमा, तू काळजी घे. योगेश आलेत. मी निघते, नाहीतर उगीचच तमाशा होईल. बरं, ती ई-मेल मला फॉरवर्ड कर.'' सखी बाहेर पडली तशी सुमाच्या डोक्यात अजून चक्रं चालू झाली.

सखीला सुमाकडून येताना बघून योगेशनं सहज विचारले, ''सुमाकडे गेली होतीस? सगळं ठीक?'' सखीने नुसतीच मान हलवली. ''रोहित आणि सुना बऱ्याच दिवसात दिसले नाहीत. खरं म्हणजे, तुझ्या वाढदिवसानंतर मी बघितलंच नाहीये त्या दोघांना.''

''सुमाच्या मागे कुणीतरी आहे. तिचे वेगवेगळ्या जागी घेतलेले फोटो तिला निनावी ई-मेलमधून येतायत,'' दारात पाय ठेवल्या ठेवल्या सखी पटकन बोलून गेली. योगेश दचकला. त्याच्या चेहऱ्यावरचे सूक्ष्म बदल तिने डोळ्यांच्या कोपऱ्यातून टिपले.

''अरे बाप रे! मग घाबरली असेल ना ती?'' स्वत:ला सावरत योगेश म्हणाला.

''हो नं! मला दाखवले तिने ते फोटो. खूपच वैतागलीय. तुम्हाला काही कल्पना, असं कोण करू शकतं याची?''

''मला? मला कसं माहीत असेल?''

''मी तर तिला पोलिसात जायला सांगितलं.''

''तू ना एक नंबरची बावळट आहेस,'' योगेश एकदम करवादला, ''पोलिसांकडे जायला काही पुरावा तर लागेल ना? त्यांना काही काम धंदा नाही

का? बरं, माझ्यासाठी पटकन चहा कर. तू घेतला असशील सुमाकडे, पण माझे प्राण कंठाशी आलेत चहा न घेतल्याने.'' नेहमीप्रमाणे जॅकेट सोफ्यावर भिरकावून तो कपडे बदलायला आत गेला.

'तुमचे प्राण कशामुळे कंठाशी आलेत हे कळतंय मला,' सखी पुटपुटत चहा करायला गेली. 'लक्ष ठेवलं पाहिजे मला योगेशवर.'

आता योगेशचा मूड बिनसल्यामुळे प्रत्येक छोट्याछोट्या गोष्टीवरून सखीने त्याची बोलणी खाल्ली. सकाळी सखी उठायच्या आधीच योगेश ऑफिसला निघूनही गेला. हे बघून सखी अजूनच चक्रावली. 'सुमाला हे सांगायला हवं.'

निघायच्या आधी सखीने सुमाच्या घराची बेल मारली.

''सुमा, ऑफिसला जायच्या आधी तुला काहीतरी पटकन सांगायचं होतं. काल मी योगेशकडे, तुला कुणीतरी त्रास देतंय आणि तू पोलिसांकडे जाणार आहेस असा विषय काढला, तर योगेश माझ्यावर खूपच भडकले. आणि आता सकाळी मी उठायच्या आधीच ऑफिसलाही निघून गेले. मला वाटतं, कुठेतरी काहीतरी मुरतंय खरं.''

''थँक्स, सखी. लक्ष ठेव, पण उगीचच पंगा घेऊ नकोस. योगेश फिजिकली किती अग्रेसिव्ह होऊ शकतो हे मला माहितेय.''

''म्हणजे? योगेशनी तुझ्यावरसुद्धा हात उचलला होता का? मग तू मला सांगितलं का नाहीस?''

''माझ्यावरसुद्धा म्हणजे? तो तुझाही शारीरिक छळ करतो की काय? सखी, तो तुझा नवरा आहे आणि तू पोलिसांकडे त्याची कंप्लेंट करू शकतेस हे माहितेय ना तुला?'' सुमाचं लक्ष सखीच्या हाताकडे गेलं. ''तुझा हात दाखव. हे काय झालंय हातावर?''

''काही नाही...'' सखी हात लपवत म्हणाली.

''सखी, हात दे इकडे,'' सुमा जरा जोरातच म्हणाली. सखीने हात समोर केला. तिच्या मनगटावर उठलेली तीन बोटं तिला स्पष्ट दिसली.

''हे काय आहे, सखी? इतकं सगळं माहीत असूनही त्याला पाठीशी घालतेस?''

''सुमा, जाऊ दे गं. काल तुझा विषय काढला आणि ते चिडले. एरवी असं होत नाही. बरं, तो विषय आत्ता नको. आपल्याला दोघींनाही उशीर होईल ऑफिससाठी. बाय, नंतर बोलू.'' सुमा काही म्हणेपर्यंत सखी दाराशी पोहोचलीसुद्धा.

'या दोघींचं चाललंय काय? आणि सखीचा हात हातात घेऊन सुमा काय बोलत होती? सखी पळाली का? ऑफिसमध्ये बसून योगेश सुमाच्या लिव्हिंग रूममध्ये बघत होता. त्याची अँक्झायटी वाढली होती.

कॅमेराबरोबर मायक्रोफोन लावायला हवा होता. निदान ऐकू तरी आलं असतं. पण आता सुमाच्या घरी सध्या तरी जाता येणार नाही. निदान काही दिवस तरी आपल्याकडून संशय येईल असं काही व्हायला नको.

''सखी, भूक लागलीये. जेवायला वाढ.'' योगेशने दार उघडताच फर्मान काढलं. सखी हातचं काम टाकून उठली आणि तिने पटकन ताटं घेतली.

''काम कसं चाललंय?''

सखीचा घास घशात अडकला. योगेशने तिला कधीही तिच्या कामाबद्दल विचारलं नव्हतं. म्हणजे नक्कीच काहीतरी हेतू असणार.

''चांगलं चाललंय.''

''सुमाला भेटली होतीस? परत फोटो वगैरे आले नाहीत ना?'' योगेशने तिच्याकडे रोखून बघत विचारलं.

''म्हणाली नाही काही तसं. टरकला असावा बहुतेक.''

''बरं झालं. काय लोक असतात आजकाल. कुणावर विश्वास ठेवायचा म्हणजे कठीणच,'' योगेश पाण्याचा ग्लास तोंडाला लावताना म्हणाला. त्याचा चेहरा जरी ग्लासमुळे झाकला गेला, तरी त्याच्या कपाळावरची फुगलेली शीर सखीने पाहिली. म्हणजे तीर निशाणावर लागलेला दिसतोय. ''बरं, मला आज खूप काम आहे. डिस्टर्ब करू नको,'' योगेश उठता उठता म्हणाला.

'चला, म्हणजे आता मला हवं ते करायला मी मोकळी.' सखीने मनातच नि:श्वास टाकला. त्या रात्री नंतर जे घडलं, त्याने या तिघांची, म्हणजेच पर्यायाने चौघांचीही आयुष्यं बदलून गेली.

सखी झोपायला गेली, तशी योगेशने त्याचा लॅपटॉप उघडला. या वेळी रोहित आणि सुमा नेटफ्लिक्सवर कुठला तरी शो बघतात हे त्याला माहीत होतं. ते दोघे टीव्ही बघत असायचे आणि योगेश त्यांना बघत असायचा. रोहित आणि सुमा यांच्यातली जवळीक बघताना त्याला काहीतरी विचित्र आनंद मिळायचा. आता तो पूर्णपणे गुंगला होता.

''हे काय चाललंय? तुम्ही काय सुमाच्या घरावर अशी नजर ठेवून आहात?'' अचानक मागून सखीचा आवाज आला. सखीचा आवाज इतका चिरका असू शकतो, असं त्याला कधीच वाटलं नव्हतं. कधी नव्हे ते तो आज उलट्या सोफ्यावर बसला होता, त्यामुळे सखी कधी आली हे त्याला कळलंच नव्हतं.

''तुला जे वाटतंय तसं नाहीये,'' तो सखीच्या दिशेने वळला.

सखीचा चेहरा हिस्टेरिकल दिसत होता. ती जवळजवळ किंचाळलीच.

''कधीपासून चाललंय हे सगळं? म्हणजे ते फोटो पण तुम्हीच...? शी ! मला किळस येतेय. मी आत्ताच्या आत्ता जातेय सुमाकडे.''

ती दाराच्या दिशेने पळाली, तशी योगेश तिच्याकडे झेपावला.

''सखी, ऐक माझं. मी फक्त सुमाच्या घरात बघतोय. मी फोटो नाही पाठवले. विश्वास ठेव माझ्यावर.'' योगेश कधी नव्हे ते घाबरला होता.

''विश्वास?'' सखी अजून मोठ्या आवाजात किंचाळली. माझा नवरा दुसऱ्या बाईच्या घरात कॅमेरा लावून तिच्यावर नजर ठेवतो. तिला अनोळखी अॅड्रेसवरून फोटो येतात आणि ते तुम्ही नाही पाठवले म्हणता?''

एव्हाना योगेश सखीच्या जवळ पोहोचला होता. त्याने तिचा हात पकडला.

''हात सोडा माझा. मी खूप जोरात ओरडेन. तुम्हाला कुणी वाचवणार नाही आता.'' योगेशने सखीचा हात सोडला, तशी ती तोल जाऊन खाली पडली. तिचं डोकं कपाटावर आपटलं आणि रक्ताची धार लागली.

योगेश तिला उचलायला गेला तशी तिने त्याचा हात झिडकारला. योगेश जास्त ताकदवान असल्यानं त्याने तिचा हात घट्ट पकडून तिला उठवायचा प्रयत्न केला; पण सखीच्या अंगात कसलं वार संचारलं होतं कोण जाणे. तिने हात त्याच्या हातून सोडवण्याचा प्रयत्न केला. कसा कोण जाणे, पण कटकन आवाज झाला आणि सखी इतक्या जोरात किंचाळली, की योगेशला कापरं भरलं.

आता सखी तिचा उजवा हात डाव्या हातात धरून जोरजोरात रडायला लागली. बघता बघता पाच मिनिटांत तिचा हात सुजून डबल आकाराचा झाला. डोक्यातून येणारी रक्ताची धार, भयंकर सुजलेला हात आणि तिच्या जीवघेण्या किंकाळ्या. योगेशचे पाय लटपटायला लागले.

योगेशने मागचा पुढचा विचार न करता ९११ नंबरवर इमर्जन्सीला फोन लावला. तितक्यात बेल वाजली. दार उघडतो तो रोहित समोरच उभा. रोहित कारमध्ये फोन विसरला, म्हणून तो घ्यायला घरातून बाहेर आला. तेव्हाच त्याने सखीच्या किंकाळ्या ऐकल्या. काहीतरी नक्कीच झालं असणार म्हणून तो योगेशच्या घराकडे धावला. सखीची अवस्था बघून त्याने सुमाला फोन लावून लगेच तिकडे यायला सांगितलं.

सखीला बघून सुमा योगेशच्या अंगावर जवळजवळ धावूनच गेली. ''काय वाईट केलं रे तिने तुझं, की तू तिची अशी अवस्था केलीस.''

योगेश मागे सरकला, ''मी काही नाही केलं. अॅक्सिडेंट होता तो.''

सुमा इतकी बिथरली होती, की तिने योगेशला मारलंच असतं. तितक्यात पोलीस आले, अॅम्ब्युलन्स आली. पॅरामेडिक्सनी सखीचा कब्जा घेतला आणि योगेश पोलिसांना काही सांगणार तितक्यात सुमा ओरडली, ''Arrest him. He hurt her.''

योगेश जोरजोरात 'नाही' म्हणाला, पण पोलिसांनी सखीकडे एक नजर टाकली आणि योगेशला बेड्या घातल्या.

सखी थोडीशी सावरली, तशी तिने सुमाला योगेशचा लॅपटॉप बघायला सांगितलंच. सुमाला योगेशच्या लॅपटॉपवर त्यांची लिव्हिंग रूम बघून इतका धक्का बसला, की तिच्या पायांतले त्राणच गेले आणि ती मटकन खालीच बसली.

आता रोहितने तो लॅपटॉप पोलिसांच्या ताब्यात दिला.

पोलीस योगेश आणि लॅपटॉप घेऊन पोलीस स्टेशनला गेले. पॅरामेडिक्सनी फर्स्ट एड केली आणि तिला क्लिनिकमध्ये घेऊन जायला सांगितलं. रात्रीची वेळ म्हणजे इमर्जन्सी क्लिनिकशिवाय पर्याय नव्हता. रोहित आणि सुमा तिला घेऊन गेले.

सखीची ट्रीटमेंट होऊन तिला प्लास्टर घालून घरी परत आणेपर्यंत रात्रीचे दोन वाजून गेले. सुमाने सखीची सोय गेस्ट रूममध्ये केली. औषधाचा अंमल असल्यामुळे सखी लहान बाळासारखी गुडूप झोपी गेली. रोहितही गादीवर पडताच घोरायला लागला.

इतकं दमूनही सुमाला झोप येईना. क्लिनिकवरून आल्यावर तिने अंघोळ केली, पण तरी तिला घाणेरडं वाटत होतं. योगेशच्या लॅपटॉपवर तिची लिव्हिंग रूम? नुसता विचार जरी केला, तरी तिला परत अंघोळ करावीशी वाटत होती. योगेशची घाणेरडी नजर तिला तिच्या शरीरावर फिरताना जाणवत होती. झोप येत नाही म्हणून तिने ई-मेल चेक केली, तर साधारण दहा वाजता परत त्या अनोळखी सेंडरकडून इमेल आलेली. तिने कापऱ्या हातांनी ती ई-मेल उघडली, तर तिचे नवीन फोटो.

नंतरच्या घटना सगळ्यांसाठीच स्वप्नवत होत्या. योगेशची जामिनावर तात्पुरती सुटका झाली; पण दोन दिवसांच्या पोलीस कस्टडीमुळे त्याच्या मग्रुरीच्या चिंध्या झाल्या होत्या. घरी यायची हिंमत नव्हती म्हणून त्याने हॉटेलमध्ये रूम घेतली.

सखी सुमाकडेच होती. सुमा सखीला घेऊन वकिलांकडे गेली डिव्होर्स पेपर्स तयार करण्यासाठी. योगेशवर आता दोन चार्जेस होते, एक सखीला दुखापत करण्याचा आणि दुसरा सुमाच्या घरी कॅमेरा प्लांट करण्याचा. पोलिसांना लॅपटॉपवर सुमाच्या त्या ई-मेलमधले फोटोही मिळाले. योगेशने सगळेच चार्जेस नाकारले, पण पुरावे त्याच्याविरुद्ध होते.

योगेशने डिव्होर्स पेपर्सवर सही केली, सखीला भरपूर नुकसानभरपाई दिली आणि सुमाच्या शेजारचं घर त्याने सखीच्या नावावर केलं, तेव्हा सखीने त्याच्यावरचे चार्जेस ड्रॉप केले. सुमाच्या विरुद्ध त्याला रीस्ट्रेनिंग ऑर्डर मिळाली; म्हणजे तिच्या

आजूबाजूला तो दिसला असता, तर त्याला परत अटक झाली असती. थोडक्यात म्हणजे योगेशची या दोघींच्याही आयुष्यातून हकालपट्टी झाली.

योगेशचं स्वत:चं स्टार्टअप आणि तेही छोटंसं असल्याने, तसंच त्याच्याकडे भरपूर पैसे असल्यानं दुसऱ्या शहरात शिफ्ट होणं हे त्याला सहज शक्य होतं आणि त्यानं तेच केलं. त्याच्या मनात अजूनही कित्येक प्रश्न भुंगा घालत होते, पण विचारणार कुणाला. त्यामुळे तो सॅन्टा बार्बरातल्या आपल्या भल्यामोठ्या घरात एकटाच छताकडे बघत, आपल्या एकट्या रात्री चिंतनात घालवत होता.

सखीने सिॲटलमध्ये बदली मागून घेतली आणि घर विकायला काढलं. तिला योगेशपासून शक्य तितकं दूर जायचं होतं.

बऱ्याच दिवसांनी सखी आणि सुमा अशा निवांत भेटल्या होत्या. कॉफीचे कप्स घेऊन दोघी बाहेर अंगणात झोपाळ्यावर बसल्या आणि सुमा म्हणाली, ''हात कसा आहे आता तुझा? दुखत तर नाही ना?''

सखीने मान हलवली. ''एका दु:स्वप्नातून सुटका झाली, पण माझं मन मला खातंय. तुला कसं सांगू ते कळत नाही.''

''मला माहीत आहे, सखी. योगेशने तुला मारलं किंवा ढकललं नव्हतं. तो म्हणाला तशा त्या जखमा ॲक्सिडेंटमुळेच झाल्या होत्या.''

''तुला माहीत आहे? कधीपासून?'' बसलेला धक्का पचवत सखी म्हणाली.

''तुला माहितेय, सखी? योगेश स्वत:च्या अंगांवर येईल असं काहीही करत नाही. हात, कान पिरगाळणं इथपर्यंत ठीक आहे, पण डॉक्टरला बोलवायची वेळ येईल असं तो कधीच वागणार नाही. माझ्या दुसऱ्या दिवशीच लक्षात आलं होतं.''

''मग तू मला मदत का केलीस?''

''त्या दिवशी त्याने तुला मारलं नसेल, पण त्याच्यामुळे तुला किती त्रास होतोय हे मला माहीत होतं. आणि त्याने जे माझ्या बाबतीत केलं, ते तर अक्षम्यच होतं. त्याला शिक्षा व्हायला हवीच होती.''

''पण मला तुला अजूनही काही सांगायचंय. योगेशपासून सुटका करून घेण्यासाठी मी तुझा वापर केला.''

''म्हणजे?''

योगेशबरोबर राहून सखी अगदी कंटाळली होती. त्याचे नखरे झेलायचे म्हणजे तारेवरची कसरत होती. प्रेम असतं तर त्याचा आक्रस्ताळेपणा तिने सहन केलाही असता; पण त्याच्या लेखी तिला काहीही किंमत नव्हती. सखी दिसायला छान होती, हुशार होती, चांगला जॉबही करत होती; पण योगेशसाठी ती साधी माणूसही नव्हती. सतत हिडीसफिडीस.

ॲक्सिडेंटनंतर मात्र योगेश बदलला होता हे तिच्या लक्षात आलं होतं. सखी भित्री होती, पण मूर्ख नक्कीच नव्हती. पार्टीच्या आधी सुमाशी फोनवर बोलताना तिला काहीतरी जाणवलं होतं. नंतर सुमाला प्रत्यक्ष बघताच पाणी कुठंतरी नक्की मुरतंय हे तिच्या लगेच लक्षात आलं होतं. सखीची आणि तिची गळाभेट बघून योगेशच्या चेहऱ्यावर चमकलेली समाधानाची सूक्ष्म लहर, सुमाच्या मागेमागे फिरणारी योगेशची चोरटी नजर, सुमाने योगेशचं आमंत्रण टाळून सखीला आमंत्रण दिलं तेव्हा योगेशच्या चेहऱ्यावरचे बदललेले भाव, हे सगळं सगळं तिने चांगलंच हेरलं होतं.

पार्टीला योगेशने जरी चार जोडप्यांना बोलावलं असलं, तरी त्याचा खरा निशाणा फक्त सुमा होती हे तिच्या अंतर्मनाला जाणवलं होतं. सुमा योगेशच्या कॉलेजमध्ये होती; पण तिच्या हावभावांतून ती योगेशची मैत्रिण असण्यापेक्षा त्याला टाळण्याचा प्रयत्न जास्त करत होती हेही तिच्या लक्षात आलं होतं. एकदोनदा तर तिने सुमाच्या डोळ्यांत तीच भीती बघितली, जी योगेशच्या आजूबाजूला असताना तिला जाणवायची.

सुमाच्या बाजूचं घर घेण्याची कल्पना तिची होती. पार्टीनंतर योगेशचा मूड चांगला होता, तशी बोलता बोलता तिने सहज तिला सॅन्टा क्लारा तिथे माणसे दिसत असल्याने कसं आवडायचं आणि इथे साराटोगात कसं एकटं वाटतं अशी पुरचुंडी सोडून दिली. योगेशला नवीन आयडिया मिळाली आणि त्याने लगेच सॅन्टा क्लारामध्ये सुमाजवळचं घर बघितलं. सखीला मात्र, तो हे घर तिचा एकटेपणा दूर करण्यासाठी घेतोय असं सांगितलं. सखीला आता थोडीथोडी कल्पना यायला लागली होती. घर घेतलं हे कळल्यावर सुमाची जी प्रतिक्रिया होती, यामुळे चित्र अजून स्पष्ट झालं. तिला रिकाम्या जागा भराव्या लागल्या असत्या; पण खरं सांगायचं, तर तिला सुमा आणि योगेश यांच्यामध्ये काय होतं यापेक्षा योगेशला तिच्या मार्गातून दूर करण्यासाठी सुमाचा वापर करण्यात जास्त इंटरेस्ट होता.

योगेशसारखी स्वतःला अतिहुशार समजणारी माणसं इतकी आत्मकेंद्रित असतात, की आपल्यापेक्षा कुणी जास्त हुशार असू शकतं अशी त्यांना शंकासुद्धा येत नाही. सखीने याचाच फायदा घेऊन विचारपूर्वक प्रत्येक पाऊल टाकलं. सुमा तिला आवडत होती, पण तिच्याशी मैत्री तिने विचारपूर्वक केली होती. सुजाताची गोष्ट, योगेशचं तिच्याबरोबरच वागणं अजून फुलवून सांगणं, स्वतःच्या हातांनी स्वतःच्याच हातावर निशाण करून घेणं यांसारख्या शकला वापरून तिने सुमाच्या मनातली योगेशबद्दलची भीती आणि रागाला पद्धतशीरपणे खतपाणी टाकलं. सुमाच्या घरात लावलेला कॅमेरा आणि नंतरच्या घटना सखीने प्लॅन केल्या नव्हत्या, पण ही बोनस संधी चालून आली, तशी तिने लगेच त्याचा फायदा घेतला. सखीच्या

भोळ्याभाबड्या चेहऱ्यामागे एक षडयंत्र असेल, असा कुणी स्वप्नातही विचार केला नसता.

सखीचं बोलणं ऐकताना सुमाचं तोंड अक्षरशः उघडं पडलं होतं. तिला कळेना की सखीच्या हुशारीची दाद द्यावी, की योगेशच्या नशिबाची कीव करावी.

"सुमा, योगेशच्या लॅपटॉपवर तुझे फोटो मी टाकले आणि तुला फोटोंची दुसरी ई-मेल मी केली, पण पहिली कुणी केली होती?"

सुमा काहीच न बोलता सखीकडे बघत राहिली. आता तोंड उघडं पडण्याची वेळ सखीची होती.

तितक्यात कलकलाट झाला म्हणून दोघींनी वर बघितलं. विजेच्या खांबावर एक मोठा, भयानक दिसणारा पक्षी आपल्या मण्यांसारख्या भेदक नजरेने इकडेतिकडे बघत बसला होता. बहुदा बहिरी ससाणा असावा. बघूनच दोघींना थोडीशी भीती वाटली. पण दुसऱ्याच क्षणी दोन कावळे त्याच्याभोवती कलकलाट करत घिरट्या घालायला लागले. ससाण्याने आधी लक्ष दिलं नाही, तो आपल्याच रुबाबात बसला होता. पण दोन्ही कावळ्यांनी त्याच्यावर बारीक बारीक टोचे मारत दोन्ही बाजूंनी हल्ला केला. मग ससाणा उडाला आणि त्याच्या मागे कावळे. ससाण्याला त्यांच्या हद्दीबाहेर काढल्यावरच ते परत आले.

ससाणा आणि कावळे यांचं युद्ध बघून सुमा आणि सखी मात्र गालातल्या गालात हसत, कॉफी पीत झोपाळ्यावर शांतपणे झुलत राहिल्या.

✠✠✠

www.ingramcontent.com/pod-product-compliance
Lightning Source LLC
LaVergne TN
LVHW040754051026
849519LV00007BA/2552
9789389834550